நேற்று மனிதர்கள்

பிரபஞ்சன்

டிஸ்கவரி பப்ளிகேஷன்ஸ்
எண்: 9, பிளாட் எண்: 1080A, ரோஹிணி பிளாட்ஸ்
முனுசாமி சாலை, கே.கே.நகர் மேற்கு,
சென்னை - 600 078. பேச: 99404 46650

வெளியீட்டு எண்: 0120

நேற்று மனிதர்கள் (சிறுகதைகள்)
ஆசிரியர்: **பிரபஞ்சன்**
பிரபஞ்சன் அறக்கட்டளை©

NETRU MANIDHARGAL
Author: **Prapanchan** ©

Discovery 1st Edition : Nov - 2023
160 Pages
Print in India
ISBN: 978-93-91994-70-9
Rs.220

Publisher • Sales Rights

Discovery Publications	**Discovery Book Palace (P) Ltd**
No. 9, Plot,1080A, Rohini Flats,	No. 1055-B, Munusamy Salai,
Munusamy Salai,	K.K.Nagar West,
K.K.Nagar West, Chennai - 78.	Chennai-600 078.
Tamilnadu, India.	Ph: (044) 4855 7525
Mobile: +91 99404 46650	Mobile: +91 87545 07070

discoverybookpalace@gmail.com / www.discoverybookpalace.com

இந்த நூலில் பிரசுரமாகியுள்ள எந்த ஒரு பகுதியையும் எழுத்துபூர்வமான முன்அனுமதி பெறாமல் எடுத்தாள்வதோ, மறுபிரசுரம் செய்வதோ, மொழியாக்கம் செய்வதோ, ஊடகங்களில் மறுபதிப்புச் செய்வதோ, காப்புரிமைச் சட்டப்படி தடை செய்யப்பட்டுள்ளது. இந்த நூலிலிருந்து சில பகுதிகளை மேற்கோள்காட்டி நூல்அறிமுகம் செய்யலாம்.

உங்கள் மொபைல் போனிலிருந்து ஸ்கேன் செய்து 'டிஸ்கவரி புக் பேலஸ்' மொபைல் ஆப்பை டவுன்லோடு செய்து, புத்தகங்களை வாங்குங்கள்.

Scan and download

பதிப்புரை

பிரபஞ்சன் எனும் புனைபெயரில் எழுதிய சாரங்கபாணி வைத்திலிங்கம், பிரஞ்சியர் ஆண்ட புதுச்சேரியில் 27.04.1945ல் பிறந்தவர். பள்ளிக் கல்வியைப் புதுச்சேரியிலும், தஞ்சைக் கரந்தைத் தமிழ்ச் சங்கத்தில் புலவர் கல்வியும் கற்றவர்.

1961ஆம் ஆண்டு அவரது முதல் கதை பிரசுரம் கண்டது. 2017 வரை அவர் எழுதிய சிறுகதைகளில் 17 கதைகள் தேர்ந்தெடுக்கப்பட்டு 'நேற்று மனிதர்கள்' எனும் தொகுதியாக இப்போது வெளிவருகிறது.

பிரபஞ்சன் கதைகள், மானுட மகத்துவம் பேசுபவை. சாதாரண மனிதருக்குள் புதைந்து கிடக்கும் பரிவை, அருளை, நியாய உணர்வை, ஒரு சிநேகிதனின் நெகிழ்ந்த தொனியில் சொல்பவை. ஊற்றுநீர்போலக் கனிந்து, சந்தர்ப்பங்களில் வெளிப்படும் மனிதர்களின் அரிய மானுடத் தருணங்களை இனம்கண்டு, கலாபூர்வமாக விளம்புபவை அவரது கதைகள். பகை, வெறுப்பு, துவேஷம் எதுவுமற்ற மனம் கொண்ட ஈரத் தமிழ்க் கதைசொல்லியான பிரபஞ்சன், தன் காலத்துப் புனைவைச் செழுமைப்படுத்திய எழுத்தாளர். வரலாற்று நாவல் துறையில் ஒரு புதிய பாதை வகுத்தவர்.

கட்டுரைகள், நாடகம் என சமூக இலக்கியத்துறையில் தொடர்ந்து இயங்கிவந்த பிரபஞ்சன் 21.12.2018ல் மறைந்தார்.

தமிழ் இலக்கியத்தில் பிரபஞ்சனின் எழுத்துகள் பொக்கிஷங்களாகப் பாதுகாக்கப்பட வேண்டும். அவரின் சிறுகதைகளை 'டிஸ்கவரி பப்ளிகேஷன்ஸ்' நிறுவனம் மூலமாக வெளியிடுவதில் பெருமை கொள்கிறோம்.

- மு.வேடியப்பன்

(2017ஆம் ஆண்டு பிரபஞ்சன் எழுதிய முன்னுரை)

நான் நிறைவுகொள்ளும் நாள் இது

சிறுகதை என்கிற வடிவம் மிகவும் அழகியது. நுணுக்கமும் ஆழமும் கூடி வாழ்வைத் துலக்கமுற உரைப்பது சிறுகதை. வாழ்வையும், வாழ நேர்ந்த மனிதர்களின் அசலான பிம்பத்தை மிகக் குறுகிய பக்கங்களிலும் வார்த்தைகளிலும் சொல்லிவிடக்கூடிய வடிவமும் அதுவே ஆகும்.

ஒரு மொழியின் பெருமைகளில் ஒன்று கதை. கதைகளை உடைய மொழிகள், காலத்தைக் கைப்பிடித்து யுகங்கள் தாண்டியும் மனிதகுலத்தை அடுத்த பரிமாணத்துக்குக் கொண்டு சேர்க்கின்றன. கதைகள் கதைகளாக மட்டுமே இருந்து பல உள் வினைகள் ஆற்றுகின்றன. அது எதையேனும் சொல்லிக்கொண்டு நிற்கிறதா? இல்லை... அது ஓடிக்கொண்டே இருக்கிறது. ஆனால், அது பேசிக்கொண்டும் இருக்கிறது. நாம் கேட்க நம்மைச் சித்தப்படுத்திக்கொண்டால், ஆற்றிடமிருந்து நிறைய விஷயங்கள் நம்மால் நிரப்பிக்கொள்ள முடியும். நல்ல கதை என்பது ஆறு போன்றது. கதைகள் எப்போதும் இறந்தகாலத்திலேயே சொல்லப்படுகின்றன.

ஏன் எனில், இது இவ்வாறு நிகழ்ந்தது என்பதைக் கதை சொல்கிறது. ஆகவே, கதைகள் இறந்தகாலத்தில் நிகழ்கின்றன. இறந்தகாலம் என்றால், இல்லாமலே ஆன காலம் என்று அர்த்தம் ஆகாது. (தமிழ் இலக்கணம், இறந்ததைத் தழுவி எச்சத்தையும் பார்க்கச் சொல்கிறது.)

நினைவுக் கிடங்கிலிருந்து வெளிவரும் ஒரு சம்பவம் சொற்களாகவே வெளியே வருகிறது. பதிந்துபோயிருந்த அந்தச் சம்பவம் 'நேற்று' நடந்தது. முடிந்ததா என்றால், இல்லை. எதுவும் முடிந்துபோவது இல்லை. முடிந்தது என்று நாம் நினைப்பது ஏதோ ஒரு உருவில் இன்றும் தொடர்கிறது; நாளையும் தொடரும். ஆக, கதைகள் மூன்று காலத்தையும் உள்ளடக்கியவை. அ-காலம் என்று ஒன்றையும் உள் கொண்டது கதை.

எழுதப்பட்ட காலத்திலும் அது கடந்தும் கதைகள் பேசிக்கொண்டே இருக்கின்றன. சங்க வாசகனுக்குத் தொனித்த ஒரு கதை, சோழர் காலத்து வாசகனுக்கு வந்து சேரும்போது, புது அர்த்தம் கொள்கிறது. இன்றைய வாசகனுக்கு, அது இன்னுமொரு அனுபவத்தைத் தரக் காத்திருக்கிறது.

இலக்கியத்தின் தன்மை என்பது இதுதான். நல்ல படைப்பிலக்கியம் காலம் கடந்து ஜீவித்துக்கொண்டே இருப்பதன் சூட்சுமம் இதுதான்.

நல்ல விஷயமாக என் பள்ளிப்பருவக் காலத்திலேயே புதுமைப்பித்தன் கதைகள் வாசிக்கும் நிலை வாய்த்தது. கல்லூரிக் காலத்தில் தி.ஜானகிராமனை, எம்.வி.வெங்கட்ராமனை வாசிக்கவும், சந்தித்து உரையாடவும், நட்புக் கொள்ளவுமான வாய்ப்புகள் கிடைத்தன. தஞ்சை பிரகாஷின் மாபெரும் நூலகம் வாசிக்கக் கிடைத்தது, என் பேறு.

புதுச்சேரியில், இன்று ரோமெண்ட் ரோலன் என்ற பெயரில் இயங்கும், அருமையான நூலகத்தில் இருந்த பிரஞ்ச் மற்றும் ரஷ்ய இலக்கியங்களின் தமிழ் மொழிபெயர்ப்புகள், படைப்பிலக்கியத்தின் பல சாகைகளை, பல கோணங்களை, பல பார்வைகளை எனக்கு அளித்தன. 'தொடர்ந்த வாசிப்பு, எழுதுபவர்களுக்கு இருக்க வேண்டியது மிக அவசியம்' என்று வாழ்நாள் முழுக்க சொல்லிக்கொண்டே இருந்தார் க.நா.சு.

அதேபோல, 'தொடர்ந்து எழுதிக்கொண்டும் இருக்க வேண்டும்' என்பார் க.நா.சு. 'தொடர்ந்து தினம்தோறும் எப்படி எழுத முடியும்?' என்று, அவர் புதுவை பல்கலையில் பணிசெய்ய வந்திருந்தபோது கேட்டேன். உடனே அவர், 'முடியாதுதான்... முடியாதபோது, மொழிபெயர்ப்பு செய்யுங்கள்!' என்றார். மொழி ஆக்கம் மூலம், அவர் தமிழுக்குச் செய்த பணியைத் தமிழர்கள் மறக்கக் கூடாது.

1961-ல் என் எழுத்து பிரசுரம் கண்டாலும், 1970-களுக்குப் பிறகே சிறுகதைகள் எழுதுவதில் நான் ஈடுபட்டேன். இத்தனை ஆண்டுகளில் உங்கள் கைகளில் உள்ள கதைகளை என்னால் எழுத முடிந்துள்ளது.

2017-வரை நான் எழுதியிருக்கும் கதைகளின் ஒரு தொகுதி இது. நூல் உருவாக்கத்தில் உழைப்பை நல்கியதோடு, இந்தத் தொகுதிகளை அழகாகவும் செறிவாகவும் வெளியிட்டிருக்கும்,

நண்பர் திரு.மு.வேடியப்பன் அவர்களுக்கு இந்த நேரத்தில் என் மனம் நிறைந்த நன்றியையும் அன்பையும் தெரிவித்துக் கொள்கிறேன்.

இந்தத் தொகுப்புகள் வெளிவந்த இன்று என் 73 வயதில் பிரவேசிக்கிறேன். 27.04.1945-ல் பிறந்து, 1961 முதல் 55 ஆண்டுகளாக எழுதிக்கொண்டிருக்கும் என் மேல் தமிழ்கூறும் நல்லுலகம், நண்பர்கள், வாசகர்கள் கொண்டிருக்கும் அன்பை, நட்பை அவர்கள் இணைந்து நடத்தும் என் பாராட்டு / நூல் வெளியீட்டு / பரிசளிப்பு விழா நிகழ்ச்சிகள் எனக்கு மன நிறைவைத் தருகின்றன. இதற்கென உழைத்த என் அன்பு இலக்கிய உலக வாசகர்களை நினைக்கையில் என் மனம் ஈரம் கொள்கிறது. தமிழர்கள், தம்மை நேசிக்கும் இன்னொரு தமிழனை எப்போதும் நினைவு கொள்வார்கள் என்பது மீண்டும் நிரூபணம் ஆகி இருக்கிறது. என்னைப் பாராட்டுவது என்பது, இப்போது எழுதத் தொடங்கி இருக்கும் எழுத்தாளர்களைக் கௌரவிப்பது என்றே பொருள் கொள்ள வேண்டும்.

என் அன்பு வாசகர்கள் காலந்தோறும் தோன்றிவரும் கலைஞர்கள் எழுத்தாளர்களைக் கௌரவித்தபடி இருக்க வேண்டும் என்பதே நான் கூற விரும்பும் இந்த நாள் செய்தியாகும். தேவையான நேரம் அளவாகப் பெய்யும் மழையாக நாம் இருப்போம்.

சென்னை - தமிழ்நாடு
2017

தோழமையுடன்,
பிரபஞ்சன்

பொருளடக்கம்

1. 3 நாள் 09
2. 4 ஆவது வழி 19
3. அப்பாவு கணக்கில் 35 ரூபாய் 33
4. ஆண்பிள்ளை 39
5. எனக்கும் தெரியும் 46
6. ஓடிப்போனவள் திரும்பியபோது 54
7. கருணையினால்தான் 61
8. காயம்பட்ட மாலை வானம் 72
9. சுமதிக்கு ஒரு கடிதம் 79
10. சைக்கிள் 87
11. தட்சணை 94
12. நேற்று மனிதர்கள் 104
13. மாறுதல்கள் 114
14. ராட்சஸக் குழந்தை 119
15. வடு 127
16. நிழல்... 135
17. மனசு... 142

3 நாள்

கூட்ட நெரிசல் இல்லாத ரெயிலில், ஜன்னல் ஓரம் அமர்ந்து காற்று முகத்தில் மோதித் தலையைக் கலைக்கப் பயணம் செய்து ரயில் நின்றதும் யாரும் தன்னைப் பின் இருந்து பிடித்துத் தள்ளாமல் பிளாட்பாரத்தில் இறங்கி நின்ற சுமதிக்குக் குதூகலமே ஏற்பட்டது.

'சிவனே' என்று நின்றிருந்த அந்த வண்டியைப் பார்த்ததும் அவளுக்குக் கழுதையின் நினைவு வந்தது. பிறர் சுமையைச் சுமக்கிறோமே என்கிற நோவு இல்லாது, சுமப்பதே வாழ்வாய் வாழ்கிற இந்த ரயில் வண்டியும் கழுதையும் எவ்வளவு அர்த்தமுள்ள வாழ்க்கை வாழ்கின்றன என்று தோன்றிற்று அவளுக்கு.

எதிர்த்திக்கில் பயணம் செய்யக் காத்திருந்த ஒரு சிலரைத் தவிர பிளாட்பாரமே காலியாக இருந்தது. காலி சிமெண்ட் இருக்கை. 'வந்து உட்காரேன்' என்று கூப்பிட்டது. சற்று உட்கார்ந்து போகலாம் என்று நினைத்தாள் சுமதி. உடனடியாக வீட்டுக்குப் போக 'உட்கார்ந்து கொள்கிற' வேலையைத் தவிர வேறு வேலைதான் இல்லையே.

மூடிய கண்ணுக்குள் அப்பாவின் முகம் வந்தது. அப்பா இன்னேரம் என்ன செய்துகொண்டிருப்பார்? 'இந்து'வில் ஏற்கெனவே பத்து முறை படித்த ஒரு செய்தியைப் பதினொன்றாவது முறையாகப் படித்துக்கொண்டிருப்பார். நிமிஷத்துக்கு ஒரு தரம் வாசலில் ஏதேனும் நிழல் ஆடுகிறது என்கிற சாக்கில் எழுந்து வந்து 'குழந்தை வந்துட்டாளா' என்று தேடிக்கொண்டிருப்பார். அப்படியே திண்ணையில்

தெருவைப் பார்த்துக்கொண்டும் உட்கார்ந்திருப்பார்.

'அப்பா... அப்பா' சுமதியின் மனம் அரற்றியது. உடம்பு உதற எழுந்து வீடு நோக்கி நடக்கத் தொடங்கினாள்.

கடைத் தெருவைக் கடந்து, ஜட்கா வண்டி ஸ்டாண்டைக் கடந்து இடது பக்கம் திரும்பினால் வீடு சுமதியுடையது. தெருத் திருப்பத்திலேயே அப்பா நின்றிருப்பது தெரிந்தது. பேப்பரைக் கையில் பிடித்துக்கொண்டு, பனியனும் நாலு முழ வேஷ்டியுமாய், அவரும் இவளைக் கவனித்து விட்டார். சுமதியை நோக்கி நடந்து வரத் தொடங்கினார். சரியாகத் தெருவின் பாதியில் இருவரும் சந்தித்துக்கொண்டனர்.

"அப்பா..."

"வாம்மா வா... எங்கே இத்தனை நாழி காணமேன்னு நினைச்சிட்டிருந்தேன்..."

அப்பா முன்னும், சுமதி பின்னுமாக வீட்டை நோக்கி நடந்தார்கள். வழக்கம் போல் பக்கத்து வீட்டுப் பெரியம்மா தெருவிலேயே உட்கார்ந்திருந்தாள். சுமதிக்கு ஒரு கணம் பயம் வயிற்றைப் பிசைந்தது. பெரியம்மா கேட்டாள்.

"சுமதியா... இப்பத்தான் வரியாக்கும்..."

"ஆமா பெரியம்மா..."

"ஊம்... இன்னும் குளிச்சிட்டுத்தான் இருக்கியாக்கும்..."

சுமதி, தலை குனிந்துக்கொண்டே வந்து வீட்டுக்குள் புகுந்துகொண்டாள். கூச்சத்தில் உடம்பு சுருங்கிப் போனது போல் இருந்தது. உடம்பெல்லாம் வியர்த்துப் போயிற்று. "சே, எவ்வளவு அசிங்கம்..."

நடையில் அம்மா அரிசியில் கல் பொறுக்கிக்கொண்டு உட்கார்ந்திருந்தாள்.

"வாடி என்ன இத்தனை நாழி... ரெயில் லேட்டாயிருக்கும்..." என்றாள். அம்மா இப்படித்தான் அவளே கேள்வியும் கேட்டு, அவளே பதிலும் சொல்லிக் கொள்வாள்.

சுமதி கொஞ்சம் தூரமாகப் போய், ஓர் ஓரமாக உட்கார்ந்து கொண்டாள்.

"கொழந்த களைச்சு வந்திருக்கும். அதுக்குக் காப்பி போட்டுக் கொடேன்" என்றார் அப்பா.

"டிக்காஷனைப் போட்டு ரெடியா வச்சிருக்கேன்... பாலைச் சுட வைக்க வேண்டியதுதான் பாக்கி..." என்றவாறு, முறத்தை வைத்து விட்டு எழுந்தாள் அம்மா. எழுந்து நின்றவள், கொஞ்சம் தள்ளாடித் தூணைப் பிடித்துக்கொண்டு நின்றாள்.

"தள்ளலேடி அம்மா" என்றாள் பாரியான உடம்பைச் சுமந்துகொண்டு சமையல் அறைக்குள் புகுந்தாள்.

அதற்குள் அப்பா, நாலைந்து புத்தகங்களைக்கொண்டு வந்து சுமதியின் முன்னால் வைத்தார். சுமதி புத்தகங்களைப் புரட்டியவாறு, "ஏதுப்பா இதெல்லாம்."

"லெண்டிங் லைப்ரரி புத்தகம்மா. இப்ப நம்ம ஊருலயும் அது வந்துடுச்சே... வர்றபோது கடைத் தெருவிலே நீகூடப் பார்த்திருக்கலாமே... பெரிசா போர்டு மாட்டிருப்பான். நான் நூலகத்தில் சேர்ந்துட்டேன். உனக்காகத்தான், எனக்குத்தான் புத்தகம் படிக்கவே பிடிக்காதே... நீயோ புத்தகப் புழு. இந்த மூணு நாளும் என்னதான் பண்ணுவ நீ? சும்மா மொட்டு மொட்டுன்னு மோட்டு வளையைப் பார்த்துக்கிட்டு இருக்கே, உன்னைப் பார்க்கவே பாவமா இருந்தது. சரி, குழந்தை புத்தகம் படிச்சுக்கிட்டு இருக்கட்டும்"னு வாங்கி வந்தேன்..."

சுமதி கையிலிருந்த புத்தகம் கனத்தது. தன் பொருட்டு இந்த அப்பாவும் அம்மாவும் ஏற்றுக் கொள்ளும் துன்பத்தை, தொந்தரவை நினைக்க மனம் கசிந்தது. அதே சமயம் தன் ஒருத்திக்கு நேரும் அந்தரங்கம் ஊருக்கே வெளிச்சமாவதை நினைத்து உடம்பு கூசியது. நாணிப்போய்த் தலை கவிழ்ந்து உட்கார்ந்திருந்தாள்.

அம்மா காப்பியோடு வந்து, டம்ளரை அவளுக்கு முன்னால் தரையில் வைத்து விட்டு, தன் இடத்துக்குப் போய் மீண்டும் முறத்தை எடுத்து வைத்துக்கொண்டு உட்கார்ந்தாள்.

சுமதி காப்பியை ருசித்தாள். அம்மா கை எதையும் அமிர்தமாகத்தான் செய்யும். இதமான சூடும், அடி நாக்கில் கசந்துகொண்டும் மணத்தோடு உள்ளிறங்கும் காப்பி. டம்ளரை கடைசிச் சொட்டு வரைக்கும் உறிஞ்சிக் குடித்தாள்.

"இன்னும் கொஞ்சம் காப்பி வேணுமாடி?"

“வேணாம்மா... கொஞ்சம் நாழி போகட்டும்...” வாசலில் காக்கை ஒன்று வந்து கரைந்தது.

“ஆமா... விருந்தாளி வந்தப்புறம் வந்து சேதி சொல்லு... காலம் காக்காவைக்கூட மாற்றிவிட்டது...” என்றாள் அம்மா.

அப்பா சிரித்தார். அப்பா சிரிப்பதைப் பார்க்கச் சந்தோஷமாக இருந்தது. அம்மா கேட்டாள். “உன் வீட்டுக்காரர் எப்படி இருக்கார்... என்ன சொல்றார்?...”

“இருக்கார்... வரும்போது முறுக்குப் பண்ணி எடுத்துக்கிட்டு வரச் சொன்னார். நீதான் நல்லா முறுக்கு பண்ணுவியே. பண்ணி மருமகனுக்குக் கொடுத்தனுப்பு...” மகள் சொல்லியதைக் கேட்டு, ஒரு பரங்கிப் பழம் சிரிப்பதைப்போல அம்மா சிரித்தாள்.

“செஞ்சா போச்சு... அதுக்கென்ன இப்போ...? உன் மாமியாரை நினைச்சாத்தான் சோறு தொண்டையில் இறங்க மறுக்குது...”

சுமதி கல்யாணம் பண்ணிக்கொண்டு புருஷன் வீட்டுக்குப் போய், அடுத்த மாதமே ‘அந்த மூன்று நாளுக்காக’ அம்மா வீட்டுக்கு அனுப்பப்பட்ட அன்றே அம்மாவுக்கும் அப்பாவுக்கும் மனசு உடைந்து போனதைக் கண்டுகொண்டாள்.

“என்ன இழிவான மனிதர்கள்” என்றார் அப்பா.

“அம்மா... அந்த மாமி ரொம்ப மடியாம். தீட்டுத் தொடுப்பெல்லாம் அவங்களுக்கு ஆகாதாம். சின்ன வீடு ஒண்டுக் குடித்தனம். அதுல இதையெல்லாம் சீராட்டிக்கிட்டு இருக்க முடியுமோ? ‘உங்க அம்மா வீடுதான் பெரிசா வசதியா இருக்கே. இந்த மூணு நாளும் அங்க போயிருந்து, தலைக்குக் குளிச்சுட்டு அப்புறமா வந்து சேரு...’ அப்படீங்கறாங்க...” என்று சுமதி தயங்கித் தயங்கி வெட்கத்தோடு, அழுதுகொண்டே சொன்ன அன்று அம்மா கல்லாய்ச் சமைந்து போய் நின்றாள்.

“உன் தலைவிதி இப்படி ஆச்சே” என்றாள் அம்மா. “சரி... குழந்தை இப்பத்தான் வந்திருக்கா... கொஞ்சம் ரெஸ்ட் எடுக்கட்டும்.” என்றார் அப்பா.

அவருக்கு இந்த விஷயத்தைப் பற்றிய பேச்சை எடுத்தாலே வெட்கத்தாலும் ஒரு விதமான அசங்கிய உணர்விலும் முகம் சிவந்து போய் விடுகிறது.

சுமதிக்குத் தோட்டத்து அறையை ஒழித்துக் கொடுத்திருந்தார் அப்பா. ஃபேன் இல்லாமல் குழந்தை தூங்க முடியாதே என்று புதிதாக ஃபேன் பொருத்தியிருந்தார். அந்த மூன்று நாட்களையும் இங்குதான் சுமதி கழித்து வந்தாள். இந்த நாட்களில் தொடக்கம் அவளுக்குக் கடும் தலைவலியோடுதான் ஆரம்பம் ஆகும். நெற்றி பிளப்பது போல் இருக்கும். யாரையும் தலை நிமிர்ந்து பார்க்க முடியாது. உடம்பெல்லாம் அடித்துப் போட்டாற் போன்ற களைப்பும் லேசான வயிற்று வலியுமாக இருக்கும். சமயங்களில் சாப்பாடு இறங்குவதுகூட முடியாமல் வலி காரணமாக நெற்றியைச் சுருக்கிக்கொண்டு மாமியைப் பார்க்கும் போதே மாமிக்குப் புரிந்து விடும்.

"ஊம்... கிளம்பு..." என்று விடுவாள்.

கேசவனுக்கு உலகில் எது பற்றியும் கவலை இல்லை. அம்மா என்ன சொல்கிறாளோ அதுவும், அலுவலக அதிகாரி என்ன சொல்கிறாரோ அதுவும் கட்டளைகள். அவற்றைக் கேட்டு அதன்படி நடப்பது என்பதே அவன் வாழ்க்கை. எழுந்ததும் குளியல், பிறகு இலையை பார்த்துக்கொண்டே, ஒரு கையால் இலையைப் பிடித்துக்கொண்டே மறுகையால் சாப்பிடுவான். மாமி இல்லாத நேரத்தில் சுமதி சொல்வாள்;

"இலையை எதுக்குப் பிடிச்சிக்கிட்டு... பறந்தா போயிடும்?"

பதிலாக ஓர் அசட்டுச் சிரிப்பு அவனிடமிருந்து வெளிப்படும். கையைக் கழுவி ஈரம் காயுமுன்னே காலில் செருப்பை நுழைத்துக்கொண்டிருப்பான். மாலை ஏழு ஏழரை மணிக்கு அலுவல் முடித்துத் திரும்புவான். அதற்குள் முகத்தில் தூக்கம் சுழித்துக்கொண்டிருக்கும். எல்லா ஆண், பெண் பிள்ளைகளும்தான் வேலைக்குப் போகிறார்கள். இப்படித் தூங்கிக்கொண்டா திரும்புகிறார்கள். பஸ்ஸில் தூங்கி வழிந்துகொண்டு வந்திருப்பான் என்று சொல்லத் தக்க முகத் தோற்றத்தில் திரும்புவான். முகத்தை, கை கால்களை கழுவிக்கொண்டு எட்டு மணிக்கெல்லாம் சாப்பிட உட்கார்ந்து விடுவான். ஒரு கையால் இலையைப் பிடித்துக்கொண்டு சாப்பாடு. கையைக் கழுவினானோ இல்லையோ, கண்கள் சுற்றிக்கொண்டு வரும் அவனுக்கு. கட்டிலில் வந்து குப்புறப்படுத்தான் என்றால் விடிந்துதான் கேசவன், கேசவனாக மீள்வான்.

மேலே ஃபேன் வெகு வேகமாகச் சுழலுவதாகப்பட்டது சுமதிக்கு. சத்தம் வந்தது. சத்தத்தோடு வரும் காற்றை அவளால் ரசிக்க முடியவில்லை. எழுந்து எண் இரண்டில் வைத்தாள். காற்று மிதமாக வருடிக் கொடுத்தது. இப்படி இருந்தால்தான் அவளுக்குப் பிடிக்கும். காற்று அடிக்கக்கூடாது. தொட வேண்டும். அதுதான் சுகம்.

என்னமோ தூக்கம் வரவில்லை. அவளைக் குறித்து அப்பாவும் அம்மாவும் படும் துன்பம் அவளுக்குத் தெரியும். இந்தச் சின்ன விஷயத்துக்காக இருபது மைல் தூரத்தில் இருக்கும் அவள் வீட்டுக்கு மாசா மாசம் அவள் அனுப்பப்படுவதைக் குறித்து அப்பாவும் அம்மாவும் கவலைப்படுகிறார்கள். ஆனாலும் பெண் வாழ்ந்துகொண்டிருக்கிறாள் என்கிற திருப்தியோடு இருக்கிறார்கள். அதுகூட இல்லை என்று அவர்களுக்குத் தெரிய வந்தால்?

சுமதி புரண்டு படுத்தாள். படித்துக்கொண்டிருந்த 'மோக முள்' புத்தகத்தில் ஓரிடத்தில் யமுனா, பாபுவைப் பார்த்துக் கேட்கிறாள், "இதுக்குத்தானா" என்கிறாள். எத்தனையோ வருஷங்களுக்குப் பின்னால் பாபுவும் யமுனாவும் ஒருவரை ஒருவர் உடம்பாலும் அறிந்து கொள்கிறார்கள். யமுனா, இதுதானா? இதற்குத்தானா? இதற்காகத்தானா? என்றெல்லாம் கேள்விகளால் தன்னை நிரப்பிக் கொள்கிறாள்.

சுமதி யமுனாவைத் தன் மனக் கண்முன் கூப்பிட்டாள். சொன்னாள். "யமுனா இதுவும்தானே வாழ்க்கை. உடம்பும்தானே வாழ்க்கை? உடம்புக்கும் தானே பசிக்கிறது? நீ சாப்பிட்டுப் பார்த்து இவ்வளவுதானா என்கிறாய் யமுனா! நான் பசித்தே கிடக்கிறேனடி..." என்று சொல்லிக்கொண்டாள்.

அம்மா முறுக்குகளைப் பயணத்தின்போது உடையாதபடி, டின்னில் அடைத்துக்கொண்டிருந்தாள். சுமதி குளித்து முடித்து, சாப்பிட்டுக் கிளம்பத் தயாராகிவிட்டாள். அம்மாவுக்கு முன்னால் முறுக்குகள் ஆயிரக்கணக்கில் குவிந்து கிடந்த மாதிரி இருந்தது. ஒன்றைக் கையில் எடுத்துக்கடித்தவாறே சுமதி கேட்டாள்.

"எதுக்கும்மா... இவ்வளவு! கொஞ்சமாகப் பண்ணி இருக்கலாமே?"

“நாலு நாளாவது வச்சிருந்து தின்ன வேண்டாமாடி... என்ன கெட்டா போயிடும்...”

சின்னச் சின்னப் பல் சக்கரங்களைப் போன்ற முறுக்கு. பலாப்பழ முள்களைப்போலக் கூர் கூராகக் குத்தியது. இரத்தம் வரத் தைக்காத முள்கள். வாயில் போட்டால் கரைந்து நாக்கில் எள்ளும் ஜீரகமும் தனித்து நின்றன. தனியாக எள்ளையும் ஜீரகத்தையும் மென்று சுவைக்க வேண்டும்.

“முறுக்கு பிரமாதம் போ... கொண்டாகொண்டான்னு மாமி கை முறுக்கை மருமகன் தின்னப் போறார்...”

அம்மாவை யாராவது புகழ்ந்தால் அவளுக்குச் சின்னப் பெண் மாதிரி வெட்கம் வந்துவிடும். முகத்தைக் கையால் மூடிக் கொள்ளாத குறையாக, “போடி கலாட்டா பண்றே...” என்றாள். அதற்குள் தக்காளி ஆகிவிட்டது முகம் அவளுக்கு.

“இன்னும் கொஞ்சம் வெண்ணெயும், தேங்காய்ப் பாலும் போட்டிருந்தா இன்னும் நல்லா இருந்திருக்கும்...” என்றாள்.

அப்பா அங்கவஸ்திரத்தைப் போட்டுக்கொண்டு கிளம்பினார். ஸ்டேஷன் வரைக்கும் வந்து, டிக்கெட் எடுத்துக் கொடுத்து வண்டி நகர்ந்த பிறகு துக்கத்தை மனசில் அடக்கிக்கொண்டு வீட்டுக்குத் திரும்பினால்தான் அப்பாவுக்குத் திருப்தியாய் இருக்கும்.

சுமதி டின்னைத் தூக்கிக்கொண்டாள்.

அம்மா, “ஜாக்கிரதையாய்ப் போய் வா. போன உடனே தபால் போடு... அடுத்த மாசம் வர்றபோது...” என்று என்னவோ சொல்ல வந்தவள் நாக்கைக் கடித்துக்கொண்டாள். முகத்தை வேறு புறமாகத் திருப்பிக்கொண்டாள். சொல்லக்கூடாததைச் சொல்லி விட்டாற்போலக் கழிவிரக்கம் ஏற்பட்டு விட்டது அவளுக்கு.

அப்பா பேசாமலேயே உடன் நடந்து வந்தார். பேசத்தான் நினைக்கிறார். என்ன பேசுவது என்றுதான் தவிக்கிறார். ரயில் நிலையத்தில் வைத்து, “எல்லாம் சௌகரியமா இருக்கு இல்லையாம்மா...” என்றார்.

“எல்லாம் சௌகரியமா இருக்குப்பா... நீங்க கவலையே பட வேண்டாம்...” என்றாள் சுமதி சிரித்துக்கொண்டே. ரயில்

வரும் வரை உட்காரலாம் என்று இருந்தது. யாரோ அந்தச் சிமெண்ட் இருக்கையில் உட்கார்ந்திருந்தாள், சுமதியைப்போல ஓர் இளம் பெண். கையில் ஒரு சூட்கேஸ். 'பாவம், இவளும் நம்மைப்போலத்தானோ என்னவோ' என்று சுமதிக்குத் தோன்றியது.

வண்டி வந்ததும் மகளிர் பெட்டியில் உட்கார இடம் கிடைத்தது. அப்பா பிளாட்பாரத்தில் நின்றுகொண்டு, திரும்பிப் புத்தகக் கடையைப் பார்த்துக்கொண்டிருந்தார். அவர் புத்தகங்களைப் பார்க்கவில்லை என்று அவளுக்குத் தெரியும். திடீரென்று அவளுக்கு அழ வேண்டும் போல் இருந்தது. பல்லைக் கடித்து அடக்கிக்கொண்டாள்.

அதிசயம்தான். கேசவன் அன்று மாலை ஆறு மணிக்கெல்லாம் வீடு வந்து விட்டான்.

"என்ன இவ்வளவு சீக்கிரம்" என்றாள் சுமதி.

'உனக்காகத்தான்' என்று அவன் சொல்வான், சொல்ல வேண்டும் என்று அவள் எதிர்பார்த்தாள்.

"ஆபீசில் ஒருத்தர் டிரான்ஸ்பர் ஆகிப் போறார். அவருக்கு இன்னைக்கு வழி அனுப்பு விருந்து. அதனால ஆபீஸ் இன்னிக்கு நாலு மணிக்கெல்லாம் முடிஞ்சுட்டது"

"பார்ட்டியில் நீங்க கலந்துக்கலையா?"

"நமக்கெதுக்கு அதெல்லாம்?" என்றான் அவன். டின்னைப் பார்த்ததும் அவன் முகம் மலர்ந்தது. மூன்று நாளைக்குப் பிறகு வந்திருந்த அவளைப் பார்த்தபோதுகூட அவனுக்கு மகிழ்ச்சி ஏற்படவில்லை.

"முறுக்கா?"

"ஊம்"

அதற்குள் மாமி வெளியிலிருந்து சொன்னாள், "இப்ப முறுக்கு சாப்பிட்டா, அப்புறம் சாப்பாடு எப்படி இறங்கும்...? அதெல்லாம் அப்புறம் முறுக்கு திங்கலாம்... பொல்லாத முறுக்கு... பூலோகத்துல எங்கேயும் கிடைக்காத பண்டம்..."

டின்னை நோக்கி நீண்ட கை சடக்கென்று தொங்கி விட்டது அவனுக்கு.

சுமதி அமுதத்தையேகொண்டு வந்திருந்தாலும் "ப்பூ... அமிர்தம் தானே" என்பாள் மாமி.

அவன் சாப்பிட்டு வரும் வரைக்கும் சுமதிக்குப் பேச ஒன்றும் இல்லை. பேசவும் பிடிக்கவில்லை. மனசைப் பேசித்தான் திறந்து காட்ட வேண்டுமா என்ன? ஆனாலும் அன்றைக்குப் பேசிவிட வேண்டுமென்று முடிவெடுத்துக்கொண்டாள் அவள்.

வந்தவன் படுக்கையில் சாய்ந்து உட்கார்ந்துகொண்டான்.

"ஒன்னு சொல்லணுமே உங்ககிட்ட" என்றாள் சுமதி.

"சொல்லு..."

மாமி படுத்துவிட்டாள். தூங்கியும் இருப்பாள் என்று நிச்சயித்துக்கொண்ட பின் அவள் சொன்னாள்.

"ஒவ்வொரு மாசமும் இந்த மாதிரி உடம்போட அம்மா வீட்டுக்குப் போறது எனக்கு வெக்கமா இருக்கு... ரிக்ஷா வண்டிக்காரர்கூட 'என்னம்மா அம்மா வீட்டுக்கா' என்கிறார். டிக்கெட் கௌன்டர்ல இருக்கிற அந்தப் பையன் பார்க்கிற பார்வை கூசறது. அவனுக்கும் தெரிஞ்சிருக்குமோ என்னவோ... பக்கத்து வீட்டுப் பெரியம்மா, எப்போ என்னைப் பார்த்தாலும் அவளுக்கு அதுதான் ஞாபகத்துக்கு வருது... அசிங்கமா இருக்கு... கேக்கறீங்களா..."

"உம்..."

"இதெல்லாம் மத்தவங்களுக்குத் தெரியற விஷயமா? என் ரகசியத்துல உங்களுக்குப் பங்கில்லையா... எனக்கு அவமானம்னா அது உங்களுக்கும் இல்லையா... மாசா மாசம் அதை நினைச்சாலே பகீர்னு வருதுங்க. அவமானத்தால செத்துக்கிட்டு இருக்கேன். நீங்களாவது மாமிக்கு இதை எடுத்துச் சொல்லக்கூடாதா?"

"....."

"ஏண்ணா..."

"....."

இலேசான குறட்டை ஒலி அவனிடமிருந்து வெளிப்பட்டது. நிர்க்கதியாகிவிட்டது போல் இருந்தது அவளுக்கு.

விளக்கை அணைத்துவிட்டு வந்து படுத்தாள். இனி அடுத்த மாசம் இன்னும் இருபத்து எட்டு நாளுக்கு அப்புறம் அவள் அம்மா வீட்டுக்குப் போக வேண்டும். சரியாகப் பன்னிரண்டு மணிக்குக் கிளம்பி ரிக்ஷா ஏறி, டிக்கெட் எடுத்து ஜன்னல் ஓர இருக்கையில் அமர்ந்து கூந்தல் சிலிர்க்கப் பிரயாணம் செய்து, இறங்கி, சிமென்ட் இருக்கையில் உட்கார்ந்து அனுபவித்து நடந்து, அப்பா எதிர்கொண்டு வந்து அழைத்துப் போக, பெரியம்மா இவளைப் பார்த்து...

அவளை அறியாமல் கண்களில் இருந்து கண்ணீர் வழிந்து காது ஓரம் வந்து தலையணையை நனைத்தது. இரவு விளக்கின் வெளிச்சத்தில் கணவனைப் பார்த்தாள்.

காலை மடக்கிக் குழந்தைபோலக் குப்புறப் படுத்து உறங்கிக்கொண்டிருந்தான் அவன்.

மறக்காமல் அடுத்த முறையும் ஒரு கழுதையைப் போன்ற அந்த ரயிலுக்கு நன்றி சொல்ல வேண்டும் என்று நினைத்துக்கொண்டாள் சுமதி.

1985

4ஆவது வழி

அந்த எட்டு மணி நேரப் பஸ் பயணத்தின்போது, மூளை நரம்புகள் தெறிக்க கிருஷ்ணமூர்த்தி யோசித்துப் பார்த்து விட்டான். நினைக்க நினைக்கக் கோபமும் அவமானமும் பொங்கிக்கொண்டு வந்தன. தற்கொலை செய்து கொள்வதே தன்முன் இருக்கிற ஒரே தீர்வு என்ற முடிவுக்கு மீண்டும் மீண்டும் வந்து சேர்ந்தான். தனக்குத் துரோகம் செய்த கனகாவைச் சட்டபூர்வமாகக் கோர்ட்டில் வைத்து அவள் தனக்குச் செய்த மோசத்தைப் பத்துப் பேருக்கு முன்னால் சொல்லி விவாகரத்துச் செய்யலாம், இது ஒரு வழி. ஆனால், அவள் பங்கப்படும் அதே நேரத்தில் தானும் அல்லவா அதில் பங்கு பெற நேரிடும்? ஆகவே, முதல் வழியைப் புறக்கணித்தான். இரண்டாம் வழி ஒன்று இருந்தது. கனகாவின் துரோகம் தனக்குத் தெரிந்து விடவில்லை என்பதுபோலப் பாவித்து, அவளுடன் வாழ்ந்துகொண்டே அவளைச் சித்ரவதைச் செய்வது. அவன் இருந்த மனோ நிலையில் அதுவே மனதுக்கு ஒத்தடம் தருகிற வழியாகப்பட்டது. ஆனாலும் அவனுக்குள்ளும், எல்லா மனிதர்க்குள்ளும் இருக்கிற நல்ல தன்மை இந்த வழியையும் ஒதுக்கியது. மூன்றாவதான ஒரு வழி தற்கொலை செய்து கொள்ளுதல். 'அதோ போகிறான் பார் அவனுடைய பெண்டாட்டிதான்...' என்று சுட்டு விரல்கள் அவன் முதுகுக்குப் பின் நீள்வதை நிரந்தரமாகத் தவிர்ப்பது. அந்த ஒரு வழியாகத்தான் இருக்கும். மனசுக்குள் சிரித்துக்கொண்டே, மேலுக்கு அனுதாபம் காட்டுகிற மனிதர்களிடமிருந்து ஒரேயடியாக இல்லாமல் போவதே சரி என்று உரக்கத் தனக்குள் கூறிக்கொண்டான். புதிய இடமும், புதிய ஊரும் ஆறுதலாக இருந்தன. இவன் மனைவி யாருடனோ

ஓடிப் போனாள் என்று யாருக்கும் தெரியாத வேற்றூர் இது. கிருஷ்ணமூர்த்திக்கு ஆசுவாசமாகவும் இருந்தது.

கோட்டை மாதிரிப் பெரிய வாயில்களைக்கொண்ட அந்த விடுதி பஸ் ஸ்டாண்டை ஒட்டி இருந்தது. பச்சை வர்ணம் அண்மையில் பூசப்பட்டுப் புதுப் பொலிவோடு இருந்தது. மானேஜர் இடத்தில், அந்தக் கோடைக்காலத்திலும், மப்ளர் கட்டிய மனிதர் ஒருவர் அமர்ந்திருந்தார். கண்ணாடி அணிந்த கரிய ஒடிசல் தேகி. பிடித்துக்கொண்டிருந்த பீடியை இவனைக் கண்டதும் மறைத்துக்கொண்டார். பதிவுப் புத்தகத்தில் 'வருகை தரும் நோக்கம்' என்று இடத்துக்கு வந்தபோது மூர்த்திக்குத் தயக்கம் ஏற்பட்டது. தற்கொலை செய்து கொள்ள என்று எழுத முடியுமா என்ன? அந்த மப்ளர் மனிதர் திடுக்கிட்டு எழக்கூடும். அவனுக்கு மனசுக்குள் சிரிப்பு. வியாபாரம் என்று எழுதினான். தனி அறை இல்லை என்றதால் இருவர் அறையையே எடுத்துக்கொண்டான்.

அறையைப் பார்த்ததும்தான் அது இரண்டாம் தரம் அல்ல. மூன்றாம் தர விடுதி என்று புரிந்தது. இரண்டு ஒற்றைக் கட்டில்கள். எதிர் எதிராக ஒரு சின்ன, பொதுவாக யாரும் பயன்படுத்தாத மேசை, குட்டி நாற்காலி. மேசையின்மீது விரிப்பு இல்லை. சிகரெட்டுகள் புகைந்து சுட்ட வடு நிறைந்த மேசை. சுவர்கள் இளம் பச்சை, சுவரில் தலைவைத்துப் படுத்திருந்த மனிதர்கள் தலைகளின் எண்ணெய்ப் பசைக் கறைகள், வட்ட வட்டக் கருநிலவுகளாகக் காட்சியளித்தன. மூட்டைப் பூச்சிகளைச் சுவரோடேயே வைத்துத் தேய்த்ததால் சின்னச் சின்ன கரும் பழுப்புக் கோடுகள் சுவரை வியாபித்திருந்தன. படுக்கை மேல் விரித்திருந்த விரிப்புகள் அழுக்காயும் வட்ட வட்டக் கறைகளோடும் இருந்தன. காற்றும் புழக்கம் இல்லாத காரணத்தால், மூக்கைக் கடிக்கிற கார நெடி அறைக்குள் இருந்தது.

உட்காரப் போனான் கிருஷ்ணமூர்த்தி.

"சார்... இருங்க..." என்றது ஒரு குரல்.

சிறுவன். பனிரெண்டு, பதின்மூன்று வயதிருக்கும். உடம்புக்குப் பொருந்தாத பெரிய அளவு தொள தொள சட்டை.

"இருங்க சார்... பெட்ஷீட்டை மாத்திடறேன்" என்று கூறிவிட்டுப் பழையவற்றை எடுத்துக்கொண்டுபோய் புதியவற்றை எடுத்துக்கொண்டு வந்தான். விரித்தான். புதியவை பழையவற்றைக் காட்டிலும் மேம்பட்டதாய் இல்லை. அழுக்குத் துவைக்கப்பட்டுப்

பிரகாசமான அழுக்கோடு வந்திருந்தது. டியூப் லைட்டை எரிய விட்டான். பேனைச் சுழல செய்தான்.

"காபி... டீ வாங்கியாரட்டுமா சார்..."

"டீ..."

"ஸ்டிராங்கா, லைட்டா, மீடியமா சார்?"

மூர்த்தி சிறுவனைப் பார்த்தான். உற்சாகமான பையனாகக் காணப்பட்டான். உற்சாகம் ஓர் ஒட்டுவாரொட்டி.

"உனக்கு எது பிடிக்குமோ, அது"

"எனக்கு ஸ்டிராங்..."

"மலாய் போட்டா, போடாமலா சார்?"

மூர்த்தி சிரித்தான்.

"கரெக்ட்டா சொன்னாதான் நல்லது. வாங்கியாந்த பின்னால் பிடிக்காம போச்சுன்னா..."

"ரைட்... மலாய் வேணாம்"

"சர்க்கரைத் தூக்கலாவா, கம்மியாவா சார்."

இப்போது அந்தப் பையனும்கூடச் சேர்ந்து சிரித்தான். பதிலை வாங்கிக் கொள்ளாமல் போனான்.

"உன் பேரென்னா?"

"ராஜி சார்..."

"ராஜி, எனக்கு ஒரு டீ வாங்கிக்கிட்டு, நீயும் ஒரு டீ சாப்பிட்டுக்கோ..." என்று மூர்த்தி இரண்டு ரூபாய்தாள் ஒன்றை நீட்டினான். ராஜி வாங்கிக்கொண்டு போய்விட்டான். பேன்ட்டை மாற்றிக்கொண்டு, லுங்கியுடன் கட்டிலில் சாய்ந்து. பெட்டியைத் திறந்து சிகரெட், பாக்கெட்டை எடுத்து ஒன்றைப் பற்ற வைத்தபோது ராஜி வந்து சேர்ந்தான்.

"டீ நல்லா இருக்கே!"

"... :

"நீ சாப்பிடல்லயா..."

"ஒரு நாளைக்கு ரெண்டு டீதான் சாப்பிடுவேன் சார்!"

"மூணு சாப்பிட்டா என்ன?"

"காசு வேஸ்ட் சார்"

"வேஸ்டா..."

வராந்தாவில் மணிச்சத்தம் எழுந்தது.

"என்னை மானேஜர் கூப்பிடறார் சார். நான் போறேன். வேற யதானும் வேணும்னா கூப்பிடுங்க சார்..."

மூர்த்தி தனிமையில் விடப்பட்டான். இந்தத் தனிமைதானே அவனைக் கொல்கிறது. நடந்தவை, மீண்டும் மீண்டும் புதிய புதிய உருவத்தில், வேறு வேறு திக்கிலிருந்து நினைவில் விரிகிறது. "கனகா என்னைத் தலைகுனியச் செய்து விட்டாயே..." என்று சொல்லிக்கொண்டான். எழுந்து அறைக்கு வெளியே வந்தான். அந்திவானம் கறுத்தும் சிவந்தும் கிடந்தது. நினைவு இல்லாத வானம்.

*

இரண்டு ஆண்டுகால நீண்ட பிரிவுக்குப் பிறகு, கிடைத்த விடுமுறையில் வீடு திரும்புகிற மூர்த்தி, நிரம்பி வழியும் பெட்டிகளோடும், எதிர்பார்ப்புகளோடும் வருகிற மூர்த்தி, பல மாதங்களாகக் கடிதம்கூடப் போடாமல் தன்னைப் புறக்கணித்திருக்கிறக் கனகாவிடம் காரணம் கேட்டுச் சமாதானம் செய்து கொள்ள வேண்டும் என்கிற ஆர்வத்துடன் டாக்சியை விட்டு இறங்குகிறான்.

கனகா வீட்டில் இல்லை. பழைய வேலைக்காரி மட்டும் இருந்தாள். முதலில் அவளிடம் திகைப்பு இருந்தது. படபடப்பு இருந்தது. அப்புறம் கனகா, மூர்த்திக்கு எழுதிய கடிதத்தை எடுத்துக் கொடுத்தாள். வேலைக்காரியாக இருந்தால் என்ன, மனுஷிதானே? சொன்னாள்!

"பீடை விட்டுதுன்னு போங்க தம்பி. பொண்ணா கிடைக்காது உலகத்துல? நல்ல குடும்பத்துல இப்படி ஒரு புல்லுருவி..."

பக்கத்து வீட்டு மாமா, மூர்த்தி பார்ப்பது அறிந்ததும் 'ஹிண்டு'வால் முகத்தை மறைத்துக் கொள்கிறார். எதிர் வீட்டுக்காரியும், கனகாவின் சிநேகிதியுமான நிர்மலா, தானே குற்றம் செய்ததுபோலத் தலையைக் கவிழ்த்துக் கொள்கிறாள்.

தலைமுறைத் தலைமுறையாக, மனிதனின் மான அவமானங்களின் குவிமையம் இதில் ஒன்றில்தான் இருப்பதாகச் சொல்லிக் கொடுக்கப்பட்டு வந்த உணர்வுகள் தலைதூக்க, இந்த

மனிதர்களின் கண் பார்வையில் இருந்து தப்பிக்க, இரைக்க இரைக்க ஓடி வந்து இந்த விடுதியில் நிற்கிற மூர்த்தி...

*

"**சா**ப்பாடு வாங்கி வரணுமா சார்..."

ராஜி கேட்டுக்கொண்டு வந்தான். படுக்கையில் படுத்தவாறு தனக்குள் ஆழ்ந்து போயிருந்த மூர்த்தி மீண்டான்.

"என்ன சார்... அதுக்குள்ளியும் இவ்வளவு சிகரெட்டா பத்தவச்சீங்க..."

மூர்த்தி கீழே பார்த்தான். ஏகப்பட்ட துண்டுகள் கிடந்தன.

"அதனால என்ன...?"

"காசு வேஸ்ட்..."

மூர்த்தி சிரித்தவாறு கேட்டான்.

"எவ்வளவு காசு சேர்த்து வச்சிருக்கே..."

"மாசம் நூறு ரூபாய் சீட்டு கட்டறேன்... கடைசியா எடுத்தா முழுசா ஆயிரம் ரூபாய் கிடைக்கும் சார்..."

"மாசம் உனக்கென்னப்பா சம்பளம்?"

"முப்பது ரூபா சார்... உங்களை மாதிரி சாருங்க கொடுக்கற காசையும் சேத்தா, நூறுரூபாய் சேர்ந்துடும் சார்... குறைஞ்சா அம்மா போட்டுக்கும்..."

"அப்பா என்ன செய்றார்?..."

"அது ஓடிப் போச்சு சார்... இப்ப எங்கம்மா வேற ஆளோட இருக்கு சார்..."

பேசக்கூடாத விஷயங்களைப் பேசிக்கொண்டிருக்கிறோம் என்று ஒரு கணம் மூர்த்திக்குத் தோன்றியது. ராஜியின் முகத்தில் வெட்கமோ வருத்தமோ கிஞ்சித்தும் இல்லை. மிக இயல்பாக இருந்தான். பேச்சை மாற்ற வேண்டும் போல் பட்டது அவனுக்கு.

"காசு சேத்து என்ன பண்ணப் போறே...?"

"சின்னதா டீ கடை வைக்கப் போறேன் சார்... அப்புறமா கொஞ்சம் வருஷமானா ஹோட்டல். ஹோட்டலுக்கு மேலே இது மாதிரி ரூம்ஸ் கட்டி லாட்ஜ் நடத்துவேன் சார்..."

மிக உண்மையாக, தான் செய்யத்தான் போகிறோம் என்கிற அழுத்தமான நம்பிக்கையோடு ராஜி சொன்னான். வாழ்க்கையின்மீதும், தன் எதிர்காலத்தின்மீதும் அந்தச் சிறுவன் கொண்டிருந்த நம்பிக்கை மூர்த்தியை அசர வைத்து விட்டது. லேசான வெட்கமாகக்கூட இருந்தது அவனுக்கு.

"பசியில்லை. அப்புறமா நானே போய்க்கறேன்..." ராஜி போய் விட்டான்.

*

கனகா ஒரு முறை கேட்டாள்.

"ஏங்க... என் முகத்தை நீங்களும், உங்க முகத்தை நானும் பார்த்துக்கிட்டே எவ்வளவு காலம் இருக்கிறது. நமக்கொரு குழந்தை ஏன் இல்லே... மூணு வேளையும் இட்லியே தின்னுக்கிட்டு இருக்கிற மாதிரி, ஐயோ..."

போன முறை விடுமுறையில் வரும்போது கனகா, இந்தத் தனிமை வாழ்வு பிடிக்காது நொந்துகொண்டதும், அவன் அவளைத் தேற்றியதும் நினைவுக்கு வந்தன.

எல்லாம் ஆச்சரியமாக இருந்தது. ஒரு பெண் ஆணிடம் என்னதான் எதிர்பார்க்கிறாள்? எது குறைந்தால் சலிப்பு கொள்கிறாள்? எது கூடினால் சந்தோஷம் கொள்கிறாள்? காதல், அன்பு, பாசம், நேசம் என்று இருக்கிற அத்தனை வார்த்தைகளுக்கும் என்னதான் அர்த்தம்? அவனை விட்டு அவள் பிரிவதற்கும் எந்தக் காரணம் நிச்சயிக்கப்படுகிறது? இது நாள் தோறும் வளர்கிற நோயா! திடுமென வேறெங்கிருந்தோ வந்து இறங்குகிற இடியா? எதுதான் இது?

குழம்பிப் போயும் நிராதரவின் கோடியிலும் இருந்த மூர்த்திக்குக் குளிர்ந்த காற்று வீச்சில் நிற்க வேண்டும் போல் இருந்தது. சிகரெட் பாக்கெட்டையும், தீப்பெட்டியையும் எடுத்துக்கொண்டு மொட்டை மாடிக்கு வந்து நின்றான்.

நேரம் நள்ளிரவை நெருங்கியிருக்கும் என யூகிக்க முடிந்தது. நட்சத்திரங்கள் மட்டும் அங்கொன்றும் இங்கொன்றுமாக வீசியெறிந்த முல்லைப் பூக்களாய்க் கிடந்தன. வீடுகள், வியாபாரக் கட்டிடங்கள், பஸ் ஸ்டாண்டு என எல்லாக் கட்டடங்களும் உறக்கத்தில் இருந்தன. காக்கைகள் அசம்பாவிதமாகச் சிவுக்கெனப் பறந்து போனது. மருட்சியைத் தந்தது. காற்று மட்டும் சில்லென்று கூச்சம் எடுக்கும்படி வந்து தழுவியது.

வாசற்படியில் யாரோ ஏறி வரும் சப்தம் கேட்டது. குப்பென்று மல்லிகைப் பூவின் மணம் வாரித் தெளித்தாற்போல வந்தது. ராஜியும், உடன் ஒருத்தியும் ஏறி வந்தார்கள்.

"என்ன சார்... தூங்கலியா..." என்றான் ராஜி. பிறகு அவள் பக்கம் திரும்பி "இவருதான் சாயங்காலம் வந்தவரு... நான் சொன்னனே..." என்றான்.

அவள் மூர்த்தியை ஒருமுறை முழுக்கப் பார்த்துவிட்டு, எதிர்ச்சுவர் பக்கம் சென்று நின்று தெருவைப் பார்த்தாள்.

மூர்த்தி அவளை ஒரு கணம்தான் பார்த்தான். உடனே புரிந்து கொள்ள முடிந்தது. கண்ணில் அழுந்த, விழி சிவக்க மையிட்டிருந்தாள். இரத்தமெனச் சிவந்த வாய்கள், அளவுக்கு அதிகமாகப் பூ வைத்திருந்தாள். அளவுக்கு அதிகமாகத் திமிர்ந்த முன்பக்கமுமாக இருந்தாள். இயற்கையும், செயற்கையுமாக ஓர் அந்த வகைப்பட்ட பெண்ணாய் பார்வையில் தெரிந்தாள். கூந்தலை, அவிழ்ந்திருந்ததை மீண்டும் முடித்துகொண்டாள்.

மூர்த்திக்கு அங்கு இருப்பதா, போய் விடுவதா என்கிற குழப்பம் ஏற்பட்டது. போய்விடுவது என்கிற முடிவோடு படிப்பக்கம் போனான்.

"ஏன் சார்... நாங்க வந்தது தொந்தரவா இருக்கா. வேணும்னா நாங்க போயிடறோம்..." என்றாள் அவள்.

கொஞ்சம் வெட்கத்தோடு, "இல்லை, வேணாம்..." என்றவாறு திரும்பி வந்து ஓரம் போய் நின்றான் மூர்த்தி.

"என் பேரு நீரஜா" என்றாள் அவள்.

"நான் கிருஷ்ணமூர்த்தி"

"இந்த சாரு சாயங்காலத்திலேந்து சாப்பிடல்லேக்கா..." என்றான் ராஜி.

"ஐயோ! ஏன் சார்...?"

"சும்மாத்தான், பசிக்கல்லே..."

நீரஜா ஒரு நிமிஷம் மௌனமாய் இருந்தாள். அப்புறம் சொன்னாள்.

"தப்பா நினைக்கலேன்னா ஒன்று சொல்றேன்... பணம் இல்லேன்னா சொல்லுங்க. நான் சாப்பாடு வாங்கியாரச் சொல்றேன்."

"சேச்சே... என்கிட்ட பணம் இருக்கு... பசிக்கல்லே, அதான்..."

"பரவாயில்லை... டேய் ராஜி... கோமள விலாசுக்குப் போய் ரெண்டு அரை பிளேட் சிக்கன் பிரியாணி வாங்கிக்க. நீங்க நான்வெஜ் சாப்பிடுவீங்கல்லையா? சரி மீன் வறுவல் ரெண்டு வாங்கிக்க. வரச்சே நாயர் கடையில ரெண்டு ஸ்பெஷல் டீ வாங்கிட்டு வந்திரு" என்று சொல்லிப் பணத்தையும் கொடுத்தாள்.

"அதாங்கா ரைட்..." என்று ராஜி புறப்பட்டுப் போனான். "ராஜி கிட்டே பணம் கொடுத்தனுப்பறேன்" என்றான் மூர்த்தி. "நான் கேட்டனா?"

இருவரும் தனியாக நின்றார்கள்.

அவள் தன்னிடம் பணம் இல்லையா என்று கேட்டது இன்னும் கசந்துகொண்டிருந்தது மூர்த்திக்கு.

"ஆமா, என்கிட்ட பணம் இலேலன்னு எப்படித் தோணிச்சு உங்களுக்கு...?"

"அடடா, கோவிச்சுக்கிட்டீங்களா? நான் பல பேரைப் பார்த்திருக்கேன் சார்... வரும்போது பணம் இருக்கும். அப்புறம் செலவாயிடும். வீட்டுக்கு எழுதுவாங்க. பணம் வர வரைக்கும் கொலைப் பட்டினி கிடப்பாங்க. நீங்களும் அப்படியோன்னு நினைச்சிட்டேன். மன்னிச்சிடுங்க சார்..." என்றாள் அவள். கைகுவித்துக்கொண்டு, அவள் அவனை வணங்கியது அவனுக்குச் சுட்டது.

அவளிடம் அப்படிப் பேசியிருக்கக்கூடாது என்று தோன்றியது.

"நீங்க பிசினஸ் பண்றீங்களா சார்..."

"ஊம்..."

"என்ன பிசினஸ் சார்..."

ஒரு பொய்யை நிலை நிறுத்த இனி அடுக்கடுக்காகப் பொய் சொல்ல வேண்டுமே என்று நினைத்தவன் சொன்னான்.

அவள் சிரித்தாள்.

"எதுக்கு சிரிக்கறீங்க...?"

"இல்லை உங்களை மாதிரி உத்தியோகம் பண்றவங்க பொதுவா ரொம்பப் பறப்பாங்க... ரொம்ப 'ரஃப்பா' நடந்துக்குவாங்க... நீங்கதான் என்னவோ வேற மாதிரியா இருக்கீங்க."

"என்ன மாதிரி?"

இருட்டில் கண் வெள்ளையும், சிரிப்பின்போது பல் வெண்மையும் பளிச்சிட்டன. நீரஜா சொன்னாள்:

"ராஜி உங்ககிட்டே ஒண்ணும் கேக்கலியா..."

"என்ன?"

அவள் மீண்டும் சிரித்தாள்.

"அதிசயமா இருக்கு... சாப்பாடு வாங்கியாந்து கொடுத்த உடனேயே ராஜி 'வேற ஏதாவது வேணுமா'ன்னு கேப்பான். உங்களைக் கேக்காதது ஆச்சரியமா இருக்கு..."

"கேட்டிருந்தாலும் வேண்டாம்னுதான் சொல்லியிருப்பேன்."

"வெறுப்பா..."

"அப்படித்தான் பெண்ணுன்னாலே எரிச்சலா வருது."

"எல்லாப் பெண்கள் மேலயுமா..."

"ஆமா..."

"தப்பு சார்"

"எது?"

"பெண்கள் மேல் எரிச்சல் படறது. என் மாதிரிப் பட்டவர்களை விடுங்க... நாங்க ஒரு துளி. ஆனா கடல் மாதிரி இருக்கிற நல்ல பெண்கள்தான் அதிகம்" சட்டென்று மூர்த்தி உக்கிரமடைந்தான்.

"எல்லா பெண்களும் அப்படித்தான். எல்லாம் புருஷனை விட்டுட்டு ஓடறவளுங்க... எல்லாம்..."

"உஸ்..."

நீரஜா விரலால் இதழை மூடித் தடை செய்ததும், தான் வரம்பு கடந்தது மூர்த்திக்கு நினைவு வந்தது.

"உங்க சொந்த அனுபவமா இது?" சுதாரித்துக்கொண்டான் மூர்த்தி.

"என் நண்பனோட அனுபவம்..." ராஜி படியேறி வந்தான்.

"அக்கா, பொட்டலத்தை உன் ரூம்ல வச்சிருக்கேன்... அங்கேயே சாப்பிடறீங்களா, இங்கே கொண்டு வரட்டா...?"

"இங்க இருட்டா இருக்கே... நீங்க என் அறைக்கே வாங்களேன் என்று அழைத்தாள் நீரஜா.

"அறைக்கா?" என்று கேட்டான் மூர்த்தி.

"யாரைப் பார்த்துப் பயப்படுறீங்க.?" என்றாள் அவள்.

பொட்டலத்தைப் பிரித்து வைத்துக்கொண்டு அவர்கள் சாப்பிடத் தொடங்கினார்கள்.

"ஏன் மூர்த்தி சார்... உங்க பிரண்டோட மனைவி, அவரை விட்டுட்டுப் போயிட்டாங்களா...?"

"ஆமா"

"அவர் என்ன பண்ணார்..."

"தற்கொலை பண்ணிக்கிட்டுச் செத்துப் போயிட்டார்..."

"ச்சு" நீரஜா முகத்தில் ஆழ்ந்த வருத்தம் தெரிந்தது.

"உங்க பிரண்டு செஞ்சது ரொம்பத் தப்பு சார்... அது முட்டாள்தனம்..."

"அவ பண்ணது தப்பில்லையா...?"

"அது யோசிக்க வேண்டிய விஷயம் சார். அவங்களுக்கு அந்த அம்மாவுக்கு அவரோட வாழறது பிடிக்காம இருக்கலாம். இன்னொருத்தரோட இருக்கிறதுதான் சந்தோஷம்னு நினைச்சிருக்கலாம். அப்படி நினைச்சா அது தப்பு இல்லையே சார். இருக்கிற இந்தக் கொஞ்ச நாள் வாழ்க்கையில் நிம்மதியா, சந்தோஷமா வாழ்ந்திட்டு போறதுதானே சார் வாழ்க்கை? இதுல எதுக்கு சண்டையும் சச்சரவும்? சரி, என்னோட இருக்க உனக்குப் பிடிக்கல்லையா, நீ போகலாம்னு அவங்களைக் கௌரவமா அனுப்பி வச்சுட்டு, இருக்கிறதுதான் ஓர் ஆணுக்கு அழகே தவிர, தற்கொலை பண்ணிக்கிறது இல்லை. வாழ்க்கையும் உலகமும் ஒரு பெண்ணோட முடிஞ்சு போற விஷயமா...?"

மூர்த்திக்கு எரிச்சலாக இருந்தது. நீரஜா சொல்வதில் உள்ள நியாயம் மனசுக்குப் புரிவதால் வந்த எரிச்சல்.

"போறவ, இதையே புருஷன் கிட்ட சொல்லிட்டுப் போயிருக்கலாம் இல்லையா?"

"நம்ம சமுதாயம் அப்படியா சார் இருக்கு... ஒரு பெண், உன்னை எனக்குப் பிடிக்கவில்லை, நான் போறேன்னு சொல்லிட்டுப்

போற மாதிரி சுதந்திரம் அவளுக்கு இருக்கா...? சொன்னாதான் நீங்க விடுவீங்களா? காலை உடைச்சு வீட்டுல போட்டுப் பூட்டி வச்சுவிடுவீங்களே... பிரியாணி நல்லா இருக்கா சார்... வஞ்சனை மீன் நல்லாயிருக்கும் சாப்பிடுங்க..."

"என்னதான் இருந்தாலும் அது துரோகம் இல்லையா...?"

"ஆண்கள் பெண்களுக்குத் துரோகமே செய்யறது இல்லையா? உங்க பிரண்டுக்கு யாரோ ஒரு பெண்ணோட சிநேகம் கிடைச்சு நெருக்கமா இருக்கிற வாய்ப்பு கிடைச்சா, வேணாம்னு சொல்லிடுவாரா? அப்படி இருந்துட்டு வந்ததனால, நீ எனக்கு வேணாம்னு ஒரு பொண்ணு சொல்லிடத்தான் முடியுமா? நாம அப்படி இருந்துட்டமேங்கற குற்ற உணர்ச்சிகூட ஆம்பிளைக்கு இருக்காதே"

வெளியே எங்கோ நாய்கள் குரைத்தன. சப்தம் அடங்கிய பின்,

"பெண்கள் இப்படி ஓடிப்போயிடறது நியாயம்னு சொல்றீங்களா...?" என்று கேட்டான் மூர்த்தி.

நீரஜாவின் முகம் சிவந்தது. குனிந்து யோசித்துப் பின் சொன்னாள்:

"இல்லை அவங்க ஓடினதும் நியாயம் இல்லை. அதுக்காக அவர் சாகிறதும் நியாயம் இல்லை. வாழ்க்கையை வாழணும் சார்"

டீயை எடுத்துக்கொண்டு மீண்டும் மாடிக்கு வந்தார்கள். ராஜி வந்தான். பிறையை மறைத்துக்கொண்டிருந்தது ஒரு வால் மேகம்.

"சாப்பிட்டியாடா?" என்று கேட்டாள் நீரஜா.

"ஆச்சுக்கா!" என்றவன் கொஞ்சம் குரலைத் தாழ்த்திக்கொண்டு "12ஆம் நெம்பர் ரூம்ல ஒரு பார்ட்டி..." என்று முனகினான்.

"இன்னைக்கு வேணாம்... நான் இல்லைன்னு போய் சொல்லிடு... உஷா இருக்காளா பாரு... இருந்தா அவகிட்டே கேட்டுப் பாரு..." என்று அவனை அனுப்பி விட்டு, இவனைப் பார்த்தவள் கொஞ்சம் வெட்கம், கொஞ்சம் அவமானம் கலந்த உணர்வோடு, "சாரி சார்" என்றாள். திரும்பி வானத்தைப் பார்த்துக்கொண்டு நின்றாள்.

"என்னையே எடுத்துக்குங்க சார். நான் ஒரு ஈன ஜென்மம். நானே வாழணும்னு நெனைக்கறேன்... நானும் ஒருத்தருக்கு

மனைவியா, அவருக்கு உண்மையா இருந்தவள்தான் சார். அவனுக்கு அவளும், அவளுக்கு அவனும் ஒருத்தருக்கொருத்தர் பரிபூர்ணமா ஒப்புக் கொடுத்துக்கிட்டு, உண்மையா அன்பா இருந்தாதான் சார் குடும்பம். இல்லைன்னா அது குடும்பமா? ஊருக்கு முன்னால நாங்க ஆம்படையான் பொண்டாட்டின்னு பெருமை அடிச்சுக்கிறது குடும்பமா? பொய்யா ஒருத்தனோட வாழறதைக் காட்டிலும், உண்மையா ஒரு தேவடியாளா இருக்கிறது உத்தமம் சார். தேவடியாத் தொழில் உசத்தின்னு நான் சொல்லலை. உண்மையா வாழறதுதான் உசத்திங்கிறேன்...”

இரண்டாம் காட்சி முடிந்து மக்கள், போவது ஒலியாய்த் தெரிந்தது. உரத்தப் பேச்சுக் குரல்கள், காலடிச் சத்தங்கள், இருட்டைப் பயங்காட்டி, அமைதியை விரட்டின.

அவள் சொன்னது உண்மைதான். அன்பில்லாமல், நெருக்கம் இல்லாமல், மனசில் கல்மிஷத்தோடு ஒன்றாய் இருந்தால்தான் என்ன? பிரிந்து போனால்தான் என்ன? அப்படி இருப்பவள் மனைவியாக இருக்க முடியுமா என்ன? அவளுக்குக் கணவனாக இல்லாவிட்டால்தான் என்ன?

எங்கோ ஒரு பெயர் தெரியாத குருவி ‘விருக்’கென்று கூவிப் பறந்தது. உடம்பு சிலிர்த்தது அவனுக்கு.

“என்ன சார் யோசிக்கிறீங்க?”

“ஒன்றுமில்லை. என் பிரண்டு செய்தது தப்புன்னு தோணுது. உங்களுக்கு நான் நன்றி சொல்லணும்...”

“சேச்சே, எதுக்கு சார் எனக்கு நீங்க நன்றி சொல்லணும்... நான் கேவலம்...” சொல்ல வந்ததை முடிக்காமல் நீரஜா எதிர்புறம் போய் நின்றுகொண்டாள்.

ஜன சந்தடி சுத்தமாய் அடங்கிப் போய், இரவுகளுக்கும், இருட்டுக்குமே உரிய இனம் தெரியாத சப்தங்கள் எங்கிருந்தெல்லாமோ எழுந்தன.

மூர்த்தி அவள் நிற்கும் கட்டைச் சுவர் அருகில் வந்து, கொஞ்சம் தள்ளி அமர்ந்தான். மேல் சட்டைப் பையில் இருந்த சிகரெட் பாக்கெட்டை எடுத்துத் திறந்து, தூரப் போட்டான்.

“சிகரெட் வாங்கியாரச் சொல்லட்டுங்களா?”

“பையன் தூங்கிப் போயிருப்பானே, பாவம், அவனை எதுக்கு எழுப்பித் தொந்தரவு பண்ணணும்.”

“அவனா தூங்கறவன்? அவன் சம்பாதிக்கறதே நைட்லதானேங்க...”

அவள் இறங்கிப் போய், சில நிமிஷங்கள் கழித்துத் திரும்பி வந்தாள்.

“ராஜியை அனுப்பியிருக்கேன்...” என்றாள் நீரஜா.

“பணம்?”

“நான் கொடுத்திருக்கிறேன்...”

“என்னைக் கடன்காரனாக்கிட்டீங்க...”

“அப்படி இல்லீங்க. யாருக்காவது கொடுக்கணும்போல, செலவு பண்ணணும்போல, உபயோகமா இருக்கணும்போல இருக்கு. எனக்கு எப்பவும் வரவு தானே. நான் செலவு செய்ய யார் விடறா? நான் உங்களுக்குக் கொடுக்க, அனுமதிச்சதே ரொம்பப் பெரிசு...”

“உங்களுக்கு யாரும் இல்லையா நீரஜா?”

“இல்லை. அவர் இருந்தார். இப்பவும் எங்கோ இருப்பார். என்னோட சரியா இல்லை. எப்படியோ இந்தத் தொழிலுக்கு வந்துட்டேன். உங்களுக்குப் புரியும்னு நினைக்கறேன். இந்தத் தொழிலுக்கு ஒருத்தர் பாதுகாப்பு தேவை. எப்பவாவது அரெஸ்ட் ஆனா, ஜாமீன் கொடுக்க, கோர்ட்டிலிருந்து அழைச்சுக்கிட்டு வர, எனக்கொருத்தர் இருக்கார். அவருக்கு நான் கடன் பட்டிருக்கிறேன். கொஞ்சம் பணம் அதுல போயிடும். கொஞ்சம் பணம் மருந்துக்கும் டாக்டருக்கும், சாப்பாடு போனா, மிச்சப் பணத்தை பேங்கிலே வச்சிருக்கேன். இது எல்லாம் நிரந்தரத் தொழிலா? இன்னும் ஒன்று ரெண்டு வருஷம். அப்புறம் நிம்மதியா எங்காவது ஒதுங்கணும்...”

ராஜி சிகரெட் பாக்கெட்டுடன் வந்தான்.

“இன்னா சார் இன்னும் தூங்கலையா?” என்று கேட்டு விட்டு “இன்னாக்கா, இன்னைக்கு ரெஸ்டா?” என்றான் நீரஜாவைப் பார்த்து.

“சீ ப்போ...” என்றாள் அவள் குறும்பான, பொய்க் கோபத்தோடு.

வைகறை வெளிச்சம் வரும் வரை அவர்கள் பேசிக் கொண்டிருந்தார்கள். பேச்சுக்கிடையில் அவள் சொன்னாள்.

“எனக்குக்கூடச் சில சமயங்கள்லே வெறுத்துப் போயிடும சார்... சீ... என்ன வாழ்க்கை இதுன்னு தோணும். செத்துப்

போயிடலாமான்னு இருக்கும். சாகிறதில் என்ன சார் இருக்கு? வாழுறதுல சந்தோஷம் இருக்குங்க. சீதான்னு எனக்கொரு பிரண்ட் இருக்கா சார். பாவம் என்னை மாதிரிதான். எவ்வளவோ நல்லவ தெரியுங்களா? அவளை உட்டுட்டு எப்படி சார் சாகிறது? உங்களை மாதிரி சினேகிதக்காரங்க செத்துட்டா கிடைப்பாங்களா?"

இருட்டில் வெள்ளை வேட்டியை விரித்தது மாதிரி வானம் வெளுத்தது. மூர்த்திக்கு மனம் லேசாகி விட்டது மாதிரி இருந்தது. வைகறைக் காற்று இனிமையாய் இருந்தது. பறவைகள் விழித்துக்கொண்டு இரைந்தன.

"நான் போயிக் குளிச்சுட்டுத் தூங்கணும் சார்... இன்னும் ரெண்டு நாள் இருப்பீங்க இல்லையா..."

"கட்டாயம் இருப்பேன். உங்களை நாளைக்கு அவசியம் சந்திப்பேன்..."

"நாளைக்கு இல்லைங்க. இன்னி ராத்திரிக்குன்னு சொல்லுங்க. விடிஞ்சு போச்சு...!" என்றாள் நீரஜா சிரித்துக்கொண்டு. கூந்தலில் இருந்த வாடிப் போன மல்லிகைச் சரத்தை எடுத்து எறிந்தாள்.

"பாவம்..." என்றான் மூர்த்தி.

"எது?"

"பூக்கள்தான்"

"வாடிப் போச்சு. அது கடமையை முடிச்சுட்டுது. புதுசா, எனக்குன்னு பூ பூத்து தயாரா கடையில் காத்துக்கிட்டு இருக்குங்க..." என்றாள்.

காலையைப்போலவே, அவள் சிரிப்பும் தூய்மைப் பெற்று ஒளிர்ந்தது.

1985

அப்பாவு கணக்கில் 35 ரூபாய்

அப்பா... நல்லவேளை... பேருந்தில் கடைசி இடமானாலும் ஜன்னல் ஓரமாக எனக்கு இருக்கை கிடைத்து விட்டது. இந்த ஆறு மணி வண்டியைத் தவறவிடு விடக்கூடாது என்று ஓடி வந்திருந்தேன். சரியாகப் பத்து மணிக்கு ஊரில்கொண்டு போய்ச் சேர்த்து விடுவார் ஓட்டுநர். அடுத்த நாலைந்து நிமிடத்தில் வீடு. அம்மா தூங்கியிருக்க மாட்டாள். அகாலத்தில் போய் அம்மாவை, இந்த வயசான காலத்தில், எழுப்பித் தொல்லைப்படுத்த வேண்டாமே!

பேருந்தில் இடம் தேடி மனிதர்கள், மனிதர்களைத் தேடி ஆரோக்கியம் தரும் பழங்கள், மறுநாள் காலையிலேயே லட்சாதிபதியாக்குகிற லாட்டரி சீட்டுகள், ஒரு ரூபாய் விலையில் வீட்டுக்கு வந்து ஆங்கில ஞானத்தை வழங்குகிற புத்தகங்கள். எல்லாரும் வந்து கத்தி விட்டுப் போய்க்கொண்டிருந்தார்கள்.

வண்டி, புறப்படுகிற நேரத்தில் என் எதிரில் நடு வயதினராக ஒருவர் வந்து நின்று என் பக்கத்தில் காலியாக இருந்த இடத்தில் உட்காரலாமா கூடாதா என்பது போல் என்னைப் பார்த்தார்.

"உக்காருங்களேன்" என்றவாறு, என் உடம்பைச் சுருக்கிக்கொண்டு, அவர் உட்கார இடம் தந்தேன்.

அமர்ந்தார். ஐம்பதை ஒட்டிய வயது. மீன் முள்களைப்போல ஒரு வார தாடி. தலையும் வெளுத்திருந்தது. பழுத்துப் போன ஒரு நிறத்தில் சட்டையும், வேட்டியும் பல்லாண்டுகளுக்கு முன் யாரோ ஒரு செல்வனுக்கும் செல்விக்கும் நடைபெற்ற திருமணத்தின்போது வழங்கப் பெற்ற, சாயம் போன பையில் தன் உடைமைகளை வைத்திருந்தார்.

பார்த்த மாத்திரத்தில், 'நான் ரொம்ப சௌக்யம்' என்னும் சில முகங்கள் 'அப்படி ஒன்றும் மோசமில்லை திருப்திதான்' என்னும் சில முகங்கள், 'ரொம்பச் சங்கடம்' என்னும் சில முகங்கள். என் பக்கத்தில் இருந்தவர் முகம் மூன்றாம் ரகத்தைச் சேர்ந்ததாக எனக்குப் பட்டது. அவருடன் பேச வேண்டும் போல் இருந்தது.

வண்டி ஓடிக்கொண்டிருந்தது.

"எது வரைக்கும் போறீங்க?" என்றேன்.

"புச்சேரிக்கு சார்" என்றார் அவர். சொல்லி விட்டு, "நமக்கு புச்சேரிதாங்க சொந்த ஊரு" என்றார்.

"எனக்குந்தான்"

"புச்சேரியில் எங்கேங்க?"

"பஸ் ஸ்டாண்டுக்குப் பக்கத்திலேயே"

"எனக்கு முத்தியால் பேட்டைங்க. பஸ் ஸ்டாண்டுலேந்து ரெண்டு மைல் நடந்து போவணும். ரிக்ஷாவிலே போனா ரெண்டு ரூபா கேட்பான்."

வண்டி பல்லாவரத்தை நெருங்கிக்கொண்டிருந்தபோது நடத்துநர் என்னிடம் வந்தார். நான் காசைக் கொடுத்துச் சீட்டு வாங்கிக்கொண்டேன். பெரியவர், துணிப்பைக்குள் இருந்து ஒரு சின்ன பர்சை எடுத்து, அதிலிருந்து ஒற்றை நூறு ரூபாய்த்தாளை எடுத்து நடத்துநரிடம் கொடுத்தார்.

"ஏய்யா, அத்தனை பேரும் நூறும், ஐம்பதுமா கொடுத்தா நான் சில்லறைக்கு எங்க போவேன்? நீங்களே பாருங்க சார்" என்று அவர் பையை என்னிடம் காட்டினார். ஆவென்று திறந்த அதன் வாய்க்குள் நூறும் ஐம்பதுமாகவே இருந்தன.

"யோவ்... பெரியவரே, சில்லறையா பன்னெண்டு ரூபா எம்பது பைசா இருந்தா குடு. இல்லேன்னா தாம்பரத்துல இறங்கிடு" என்று சொல்லிவிட்டுத் தன் இடத்தில் போய் அமர்ந்துகொண்டார்.

"சார்... சார் எங்கிட்ட இந்த நூறு ரூபாய் நோட்டைத் தவிர வேற சில்லறையே இல்லையே சார்..." என்றார் பெரியவர் பரிதாபமாக.

"அதுக்கு நான் என்னய்யா பண்றது? பஸ்சுக்கு வர்ற ஆளு நோட்டை மாத்திக்கிட்டு வர வாணாமா? தாம்பரத்துல இறங்கிடு. சும்மா பேஜார் பண்ணாத"

பெரியவர் என்னைப் பரிதாபமாகப் பார்த்தார்.

நான் அவருக்குச் சீட்டு எடுத்துக் கொடுத்தேன்.

“மாமண்டூர்ல வண்டி நிற்கும்; மாத்திக் குடுத்துர்றேன் சார்...”

“சரி...”

நிம்மதியாகச் சாய்ந்து உட்கார்ந்துகொண்டார். “ரொம்ப நன்றிங்க” என்றார்.

“ஊருல என்ன பண்றீங்க?”

“சும்மாத்தாங்க இருக்கேன். உங்களுக்குத் தெரிஞ்சிருக்குமே. ஒன்றரை வருஷமா மூடிக் கிடக்கிற ஆலைத் தொழிலாளிங்க நானு. ஆரம்பத்துல அண்டை அசல்லே கடன் வாங்கிக் காலத்தைத் தள்ளினேன். அப்புறம் அண்டா குண்டாவை வித்து அடகு வச்சுத் தின்னோம். அப்புறம் என்ன, யாசகம் வாங்காத குறைதான். நான் நல்லா இருக்குறப்போ என் மச்சினன் ஆறுமுகத்தை நான்தான் படிக்க வச்சேன். கல்யாணம் பண்ணி வச்சேன். இப்போ பட்டணத்திலே, சௌகரியமா இருக்கான். ஏதாவது குடுத்து உதவுப்பான்னு கடிதாசி எழுதினேன். பதிலு இல்லீங்க. பிள்ளைக் குட்டிங்க முகத்தைப் பார்க்க முடியல்லீங்க. வண்டி ஏறிட்டேன். ஒரு வாரமா பட்டணத்துல ஆறுமுகம் வீட்டிலேதான் இருந்தேன். என்னால முடிஞ்சது இதுதான்னு நூறு ரூபா குடுத்தான். அவன் பெண்ஜாதி டவுன் பஸ்சுக்குன்னு ஒரு ரூபா கொடுத்துச்சு. வாங்கிக்கிட்டுப் போறேன். ஒரு வாரம் பத்து நாளு கஞ்சி குடிக்கலாமே” என்றார்.

மாமண்டூரில் இறங்கி இரவு உணவு முடித்தோம். பெரியவர் பில்லுக்கு நூறு ரூபாயை நீட்டினார்.

“சில்லறை இல்லே சார்” என்றார் கறாராக, கல்லாவில் இருந்தவர்.

“பரவாயில்லை” என்று நானே அவருக்கும் சேர்த்துப் பணம் கொடுத்தேன். வெளியே ஒரு சிகரெட்டை வாங்கிப் பற்ற வைத்துக்கொண்டேன். “நீங்க...” என்றேன்.

“பிடிக்கிறதுதாங்க”

அவருக்கும் ஒன்றை வாங்கிக் கொடுத்தேன். கூச்சப்பட்டார். பிறகு புகைத்தார்.

வண்டி ஊர் போய்ச் சேர்ந்து நான் இறங்கியவுடன் “சார். வாங்க, பழம் வாங்கலாம். அங்கேயே நோட்டை மாத்தி உங்களுக்கும் கொடுத்துடறேன்” என்றார்.

பஸ் ஸ்டாண்டின் வெளியிலிருக்கும் பழக்கடைக்குப் போனோம். அவர் இரண்டு ஆப்பிள்களும் கொஞ்சம் கறுப்புத் திராட்சையும் வாங்கினார். நோட்டை நீட்டினார்.

“இன்னா பெரியவரே, இப்பத்தான் நாளைக்குச் சரக்குப் போட கல்லாவிலே இருந்த பணத்தைப் பூரா துடைச்சுக் கொடுத்துட்டு வர்றேன். இப்பப் போயி நூறு ரூபாயைக் குடுக்கறே” என்றார் கடைக்காரர்.

பெரியவர் பழத்தைத் திருப்பிக் கொடுக்க முயலவே, நான் “பரவாயில்லை... வீட்லே குழந்தைகளுக்குக்கொண்டு போயி குடுங்க” என்று கூறிவிட்டுப் பழத்துக்கும் காசு கொடுத்தேன். தனியாக அவரிடம் ஒரு ஐந்து ரூபாய்த் தாளைக் கொடுத்து, வண்டி வச்சிக்கிட்டுப் போங்க” என்றேன்.

அவர் என் கையைப் பிடித்துக்கொண்டார்.

“சார்... ரொம்ப உபகாரம் பண்ணியிருக்கீங்க. அவசியம் நாளைக்கு நீங்க நம்ம வீட்டுக்கு வரணும். முத்தியால் பேட்டை மணிக்கூண்டு இருக்கில்லே, அதுக்குப் பக்கத்திலே துளசியம்மன் கோயில் தெரு. அப்பாவுன்னு சொன்னால் வீடைக் காட்டுவாங்க. அவசியம் வரணும்” என்றார்.

நான் வருவதாகச் சொல்லி விடை பெற்றேன். வீட்டை நோக்கி நடக்கையில், இது அதிகப்படியோ என்று எனக்குத் தோன்றியது. என் தகப்பனாருக்கு அறுபதாம் கல்யாணம் நடக்க இருந்தது. அவருக்கு வேட்டித் துண்டும், அம்மாவுக்குப் புடவையும் வாங்க வேண்டும். நிச்சயம் இருபத்தைந்து ரூபாய் துண்டு விழும்.

மறுநாளே என்னால் முத்தியால் பேட்டைக்குப் போக முடிவில்லை. இரண்டாம் நாள் எனக்கு அந்தப் பக்கத்தில் வேலை இருந்தது. வேலையை முடித்துக்கொண்டேன். அப்பாவுவைப் பார்க்கப் போகலாம் என்று தோன்றியது. பக்கத்தில்தான் மணிக்கூண்டு இருந்தும் எனக்குள் ஒரு தயக்கம். பாவம் கஷ்டப்படுகிறவர் அப்பாவு. இந்தப் பணத்துக்காகத்தான் வருகிறான் என்று நினைத்துக்கொண்டால் நன்றாக இருக்காதே. என்னால் இருபத்தைந்து ரூபாய் புரட்டிக் கொள்ள முடியும், அவருக்கு அது பெரும் தொகையாயிற்றே.

எனக்கு அவரையும் அவர் குழந்தைகளையும் பார்க்க வேண்டும் போல் இருந்தது, போனேன். மணிக்கூண்டு துளசியம்மள் கோயில். அப்பாவு வீட்டைச் சுலபமாகவே கண்டுபிடிக்க முடிந்தது.

தெருவில் எல்லாம் கூரை வீடுகள். அப்பாவுவுடையதும் ஒரு சின்னக் கூரை வீடு. உடைந்த கதவு, மண் திண்ணை.

"அப்பாவு சார்..."

"யாரு?"

சுமார் நாற்பது வயது மதிக்கத்தக்க அம்மாள் தலையை வெளியே நீட்டினார்.

"அப்பாவு இருக்காங்களா?"

"நீங்க யாரு?"

"நான் இந்த ஊருதான். மெட்ராஸ் போயிட்டு வர்றப்போ, அப்பாவுவைப் பழக்கம். வீட்டுக்கு வரச் சொன்னார். அதான்..."

"உக்காருங்க, வர்ற நேரம்தான்."

நான் அந்த மண் திண்ணையில் அமர்ந்தேன். அந்த அம்மாள் உள்ளே திரும்பி, 'செல்வராசு' என்று யாரையோ கூப்பிட்டாள். ஒரு பையன் கால் சட்டை மட்டும் அணிந்தவன் வந்தான்.

"அப்பா சாராயக் கடையில் இருப்பாரு. யாரோ வந்திருக் காங்கன்னு சொல்லிக் கூட்டிக்கிட்டு வா."

"சாராயக் கடையிலேயா?" என்றேன்.

"ஆமாங்க. கையில என் தம்பி கொடுத்தனுப்பின பணம் கொஞ்சம் இருக்கு. அது தீர்ற மட்டும் அந்த ஆளு அங்கதான் கிடக்கும்" என்றாள், மிகச் சாதாரணமாக.

பையன் என்னைத் திரும்பித் திரும்பிப் பார்த்தவாறு நடந்தான்.

"ஆறுமுகம் கொடுத்தனுப்பின பணத்தை உங்ககிட்ட அவர் தரல்லையா?"

"தம்பி அம்பது ரூபா கொடுத்தானாம். இருவத்தைஞ்ச என்கிட்ட கொடுத்துச்சு, மீதியை அது வச்சுக்கிடுச்சு பாவம்... நல்லா சம்பாதிச்சு நல்லா செலவு பண்ண மனுஷன். சும்மா கிடன்னா என்ன பண்ணும்?" என்றாள் அவள். "தம்பியை உங்களுக்குத் தெரியுங்களா?"

"ஊம்."

உள்ளிருந்து இரண்டு பெண்கள் என்னை எட்டிப் பார்த்தார்கள். சுமார் இருபதும், பதினைந்துமான பெண்கள். பழங்காலத்துப் போட்டோக்கள் மாதிரி நிறம் இழந்து இருந்தார்கள். பெண்களுக்கு அப்பா ஜாடை.

"அப்பா அங்கே இல்லேம்மா" என்றவாறு பையன் வந்தான்.

"உங்களுக்கு அவரு ஏதாவது பணம் தரணுங்களா?" என்றாள் அந்த அம்மாள்.

"இல்லீங்க" என்றேன்.

"இருங்க, வந்துடும்... வர்ற நேரம்தான்" என்றாள்.

நான் அந்தப் பெண்களையும் பையனையும் பார்த்தேன். பசி, முகத்தில் வெளிப்படையாகத் தெரிந்தது. வெளுத்துப் போய், குச்சியாகக் கைகள், கைப்பட்டால் கிழியும் ஆடைகள். ஒன்றரை வருடப் பசி தாங்கிக்கொண்டு வளர்கிற குழந்தைகள்.

என்னிடம் பத்து ரூபாய் இருந்தது.

"ஆறுமுகம் எனக்குத் தெரிஞ்சவர் தாங்க. அந்தப் பக்கம் போனீங்கன்னா அக்காவைப் போயிப் பாருன்னாரு. அதான் வந்தேன்" என்று விட்டு, அந்தப் பத்து ரூபாயை எடுத்துப் பையனிடம் கொடுத்தேன்.

பையன், அம்மாவைப் பார்த்தான்.

"எதுக்குங்க?" என்றாள் அவள்.

"ஆறுமுகம்தாங்க கொடுக்கச் சொன்னாரு... வாங்கிக்கச் சொல்லுங்கள்" என்றேன்.

அவள் தலை அசைத்ததும் பையன் வாங்கிக்கொண்டான்.

நான் எழுந்தேன்.

"நாளைக்கு வாங்களேன். அதை வீட்டிலேயே இருக்கச் சொல்றேன்"

"சரி" என்று கூறி நடந்தேன்.

நாளைக்கு நான் வரப் போவதில்லை என்று எனக்குள் நான் சொல்லிக்கொண்டேன்.

1984

ஆண்பிள்ளை

"அந்தக் கிச்சான் பயலைப் பார்த்தியாடா?" என்று கேட்டார் மாமா.

"இல்லே மாமா, இனிமேத்தான் போவணும்."

"வேணாம், அந்தப் பொம்பிளைப் பொறுக்கியை நீ ஒண்ணும் பார்க்கவும் வேணாம், பழகவும் வேணாம். அந்தப் பேமானி இந்த வீட்டு வாசல் படியை மிதிக்கட்டும், நல்லா லாடம் கட்டின செருப்பால அடிச்சி, நாயை விரட்டுற மாதிரி அவனை நான் விரட்டலேன்னா, என் பேரை மாத்தி வைச்சுடு. 'ஏன்டா ஜாட்டான்'னு என்னை நீ கேட்கலாம்."

எனக்கு உண்மையில் சொரேல் என்றது. கிச்சானையா இவர் இப்படித் திட்டுகிறார். என்ன அருமையான மனிதர் அந்தக் கிச்சான்?

"ஏன் மாமா?" என்றேன், எனக்கே சரியாகக் கேட்காத குரலில்.

"இந்த ஏன் எவடன்னு கேள்வி கேக்கற பழக்கத்தை இனியோட உட்டுடு. உருப்படப்பாரு. பெரியவங்க ஒண்ணு சொல்றாங்கன்னா அதில நியாயம் இருக்கும். அந்தக் கம்மனாட்டியை நீ பார்த்ததா, பழகினதா எனக்கு சேதி வந்தது, அப்புறம் நீயும் இந்த வீட்டுப் படியை மிதிக்கப்படாது."

நான் அப்போதைக்குச் "சரி மாமா" என்று சொல்லி வைத்தேன். எனக்கு மனம் வலித்தது. ஒரு வருஷத்துக்குப் பிறகு என் சொந்த ஊருக்கு வந்து, உடனே மாமாவைப் பார்க்க வேண்டும் என்று ஓடி வந்த இடத்தில், மாமா இப்படிச் சீறி விழுந்தது அதுவும் கிச்சானைப் பத்தி என்னென்னமோ சொன்னது என்னைக் குழப்பியது.

கிச்சானைப் பார்ப்பதே ஓர் அனுபவம். என்னமோ அதைப் பார்த்தவுடன், நம் மனசில் ஒரு சந்தோஷம் பற்றிக் கொள்ளும். ஆள் குண்டு. குண்டென்றால் சாதாரணக் குண்டில்லை; பீரங்கிக் குண்டு. இதில் சோடா பாட்டில் கண்ணாடி வேறு. எப்போதும் போலீஸ்காரர் தலை மாதிரி ஒட்ட வெட்டின கிராப்பு. பயங்கரமான அகலத்தில் பேன்ட் என்று ஒன்று போட்டிருக்கும். உடம்பைப் பிடித்துக்கொண்டு ஒரு சட்டை. அதில் வயிற்றுப் பகுதி பட்டனை அது போட்டு நான் பார்த்ததே இல்லை. எப்போதும் பல் தெரியச் சிரிக்கிற அசட்டுத்தனமான முகம்.

இந்த உடம்புக்குள்தான் எத்தனை ஆற்றல்கள் ஒளிந்து கிடந்தன! நானும் கிச்சான் மாமாவும் அடுத்தடுத்து கட்டடங்களில், வெவ்வேறு அலுவலகங்களில் வேலை பார்த்துக்கொண்டிருந்தோம். சரியாக ஒரு மணிக்குப் போன் பண்ணும்.

"வர்றியாடா?"

"என்ன இன்னிக்கு ஸ்பெஷல்?"

"தயிர் சாதம், கத்தரிக்காய் துவட்டல்."

"உடனே இப்பவே கிளம்பிட்டேன்."

"சர்த்தான் வாடா."

எனக்கு முன்பாக ஒரு நாலைந்து அதன் அலுவலக நண்பர்கள் காத்திருப்பார்கள். கிச்சான் தயிர் சாதம் பண்ணி நீங்கள் சாப்பிட வேண்டும். பெண்களுக்கும் கைவரா செய் நேர்த்தி அதுக்குக் கிட்டியிருந்தது. கோழிக்கறிக்குத் தேவையான மசாலாக்களைப் போட்டுக் கத்தரிக்காய் வதக்கல் பண்ணியிருக்கும். ஒரு துண்டு வதக்கலுக்கு நாலு கவளம் தயிர் சாதம் சுவடு தெரியாமல் இறங்கும். புளித்த கள் நாற்றம் எடுக்காத தயிரும், சம அளவாக நறுக்கிப் போட்ட மாங்காய்த் தேங்காய்த் துணுக்குகளும், வயிறு நிறைந்து மனசை நிறைக்கும். எங்களுக்கெல்லாம் கொடுத்து நாங்கள் ருசித்துச் சாப்பிடுவதைச் சிரித்துக்கொண்டே பார்த்துப் பசியாறும் அது.

கிச்சான் இது மாதிரி விருந்தோம்பலுக்குப் பின்னே ஒரு கதை இருந்தது. சின்ன வயசில் எங்கள் வீட்டிலும், மாமா வீட்டிலும் முறை வைத்துக்கொண்டு சாப்பிட்டு வளர்ந்தது அது. இத்தனைக்கும் எங்கள் மாமாவின் சொந்த அண்ணன் மகன் அது. நொடித்துப் போன குடும்பத்தின் ஒற்றை வாரிசு. அப்பாதான் அதுக்குச் சம்பளம் கட்டியதெல்லாம். எனக்கும் கிச்சானுக்கும் ஏழெட்டு

வயசு வித்தியாசம் இருந்தது. வெள்ளிக்கிழை தொடங்கித் திங்கள் இரவு வரை எங்கள் வீட்டில் அது சாப்பிடும். உறவுக்காரர்தானே என்று நேரே வீட்டுக்குள் வந்து விடாது. திண்ணையை ஒட்டிச் சாப்பாட்டு நேரத்துக்கு வந்து நிற்கும். கையோடு கொண்டு வந்த புத்தகத்தை வாசித்துக்கொண்டு நிற்கும்.

அப்பாதான் சாப்பாட்டு நேரத்துக்கு வெளியே வந்து கிச்சானைக் கூப்பிட்டுக்கொண்டு வந்து இலையில் உட்கார வைப்பார். கிச்சான் இல்லாமல் இந்த நான்கு நாட்களும் அந்தக் காலத்தில் நான் சாப்பிட்டதே இல்லை.

கிச்சானுக்குக் கைவந்த இன்னொரு கலை கோலம். மார்கழி மாசத்தில் எங்கள் வீட்டுக்கு முன்னால் கிச்சான் கோலம் போடுவதை இன்றும் என் மனக்கண்ணில் காண முடிகிறது. நாலு மணிக்கு எழுந்து விடுவேன். முந்தின நாளே தயார் பண்ணின செங்கல் பொடி, பச்சை, மஞ்சள் பொடிகளோடு, தெருவைப் பெருக்கிவிட்டுக் கோலத்தைத் தொடங்கும். தெருவை அடைத்துக்கொண்டு புள்ளி வைக்கும். எனக்கு எப்படி இந்தப் புள்ளிகளைச் சேர்த்துக் கோலத்தைப் பூர்த்தி பண்ணும் என்று 'திக்திக்' என்று மனசு அடித்துக் கொள்ளும். பக்கத்து, எதிர்த்த வீட்டுப் பெண்கள் துடைப்பமும் சாண நீருமாகக் கதவைத் திறந்துகொண்டு வந்தவர்கள் தங்கள் தொழிலை மறந்து, கிச்சான் கோலத்தையே கன்னத்தில் கை வைத்துக்கொண்டு பார்த்துக்கொண்டு நிற்பார்கள். விடியும்போது கோலமும் பூர்த்தியாகும். ஒரு தேர் புறப்படத் தயாராய் நிற்கும்; அல்லது நாலு பக்கமும் அன்னப் பறவைகள் பறக்கத் துடிக்கும்; அல்லது ஒரு மயில் பாம்பை வாயில் கவ்விக்கொண்டு தோகை விரிக்கும். எனக்குக் கோலத்தை யாரும் மிதித்து விடக்கூடாதே என்றிருக்கும். கோலத்தை மிதிப்பது கிச்சானை மிதிப்பதே அல்லவா? தெருவில் போவோர் யாருக்கு இது தெரிகிறது?

மாமா, "அவன் கிடக்கான் பொட்டைப் பயல்" என்பார். பெண்கள்தான் கோலம் போட வேண்டும் என்பது விதியா என்ன? பெரியவரிடம் யார் என்ன சொல்ல முடியும்? கிச்சானைப் போய் பொட்டை என்கிறாரே மாமா என்று எனக்குக் கஷ்டமாய் இருக்கும்.

நல்லவேளை, கிச்சான் அலுவலகத்தில் இருந்தது. மேஜையில் குனிந்து என்னவோ எழுதிக்கொண்டிருந்தது. மெல்லப் போய் எதிரில் அமர்ந்தேன். சில நிமிஷங்களுக்குப் பிறகுதான் என்னைப் பார்த்தது அது.

பிரபஞ்சன் | 41

"அடடே வைத்தி! எப்படா வந்தே?" என்றது.

"இப்பத்தான்"

பேனாவைக் கீழே போட்டது. என்னை முழுக்கக் கூர்மையாய்ப் பார்த்து, "ஏன்டா, மெட்ராஸ் போயி எத்தனை மாசம் ஆச்சு. ஒரு லெட்டர் போடக்கூடாதா? நீ எப்படி இருக்கியோன்னு ரொம்பக் கஷ்டமா இருந்துச்சு எனக்கு" என்றது.

சோடா பாட்டில் கண்ணாடிக்குள்ளே இருந்த அந்த வீங்கின கண்கள் நீர் கோத்துக்கொண்டதை நான் கவனித்தேன். இந்த ஓராண்டுக்குள்ளேயே முன்நெற்றி வழுக்கை விழுந்து விட்டிருந்தது அதுக்கு. காதோரம் ஒன்றிரண்டு நரை.

"எப்படி இருக்கீங்க?"

"இருக்கேன். எவ்வளவோ நடந்து போச்சு..."

சுவரில் இருந்த கடிகாரத்தைப் பார்த்து, "ஒரு அரை மணி இரு, இதை முடிச்சுடறேன். அப்புறம் வீட்டுக்குப் போகலாம்."

"வீட்டுக்கா?"

என்னை உற்றுப் பார்த்து விட்டுச் சிரித்துக்கொண்டு சொல்லியது.

"இப்ப நான் சம்சாரிடா."

எழுந்து போய் எங்கிருந்தோ இரண்டு பத்திரிகைகளை எடுத்து வந்து என் முன் போட்டது.

சரியாக ஒன்றடித்த பின், அலுவலகத்தை விட்டு இருவரும் கிளம்பினோம்.

"வா காப்பி ஹவுசில் காப்பி சாப்பிடுவோம்" என்று அழைத்துப் போயிற்று. அந்த நேரத்தில் காப்பி ஹவுஸ் காலியாகத்தான் இருக்கும். மூலையாக உட்கார்ந்துகொண்டோம்.

காப்பியை உறிஞ்சியபடி அது கேட்டது.

"அப்பா ஏதாவது என்னைப் பத்திச் சொன்னாங்களா?"

"இல்லே"

"அவங்க பெரியவங்க. மாமாவைப் பார்த்தியா?"

"உம்."

“அவரு என்னைப் பத்தி ஏதாவது சொன்னாரா?”

“ஏதோ சொன்னாரு.”

“அதுக்குத்தான் கேட்டேன்.”

அப்புறம் அது சொல்லிக்கொண்டு போயிற்று.

கிச்சானுக்கு அடுத்த மேசையில் இருந்து பணியாற்றியவன் சந்த்ரு. சந்திரசேகரன். நானும் பார்த்திருக்கிறேன். ரொம்ப நவீனமாக இருப்பான். உடையும், பேச்சும், நடவடிக்கைகளும் ரொம்பவும் நாசுக்காக இருக்கும். கிச்சான்தான் யாரிடமும் ஒட்டுமே. அவனிடமும் ஒட்டிக்கொண்டது. எல்லாரிடமும் சமச்சீராகப் பழகும். அந்த அலுவலகத்தின் கீழே இருந்த பேன்சி ஸ்டோரில் பணியாற்றியவள் செண்பகா. ரொம்ப அழகாய் ஒயர் கூடை செய்வாளாம்...

“ரொம்ப நல்ல, அழகான பெண்” என்றது.

“உங்களுக்கு நல்லதும் தெரியாது கெட்டதும் தெரியாது. யாரை நீங்க அழகில்லாதவள்ன்னு சொல்லுவீங்க?”

“ஏன்டா, என்னை என்ன முட்டாள்ன்னு நினைச்சியா?” என்று கூறிவிட்டு, “வைத்தி, அழகுங்கறது உடம்புலயா இருக்கு?” என்று சீரியசாகத் தொடங்கியது.

“உஸ்... அழகு எங்க இருக்குன்னு அப்புறமா சாவகாசமா முடிவு பணிக்கலாம்...” என்று மறித்தேன்.

செண்பகாவுக்கும் சந்த்ருவுக்கும் சினேகம் ஏற்பட்டு விட்டது. எப்படி ஏற்பட்டது? எல்லாப் பையன்களுக்கும் பெண்களுக்கும் அது எவ்வாறு அரும்புமோ அந்த வழியாகத்தான் அவர்கள் சந்தித்துக்கொண்டார்கள். இந்தக் கிச்சான் அவர்கள் காதலை இரண்டு கைகளாலும் ஆசி கூறியிருக்கிறது. அவர்கள் சந்திப்பதற்காக, தான் குடியிருந்த அறையையே ஒழித்து விட்டிருக்கிறது.

இருவருக்கும் தன் கையாலேயே சமைத்து விருந்திட்டிருக்கிறது. கல்யாணம் பண்ணிக் கொள்ளுங்கள் என்று புத்தி சொல்லியிருக்கிறது. இடையில் துபாய்ப் பணம் சந்த்ருவை எப்படியோ அழைக்க, ஒரு நாள் காலில் ஒட்டியிருந்த இந்திய மண்ணைத் துடைத்துச் சுத்தம் செய்துவிட்டு விமானம் ஏறிப் போய்விட்டான் சந்த்ரு. போயே விட்டான்.

"வைத்தி! நீயே யோசிச்சுப் பாரு. ஒரு பெண்ணைக் கெடுத்து மோசம் பண்ணிட்டுப் போறது எவ்வளவு பெரிய அயோக்கியத்தனம். செண்பகம் அவனை ஏத்துக்கிட்டதோட அவனோட குழந்தையையும் ஏத்துக்கிட்டா. நம்பிட்டா. என்ன பண்ண முடியும்? மனுஷன் குணம் முகத்திலேயா எழுதி வச்சிருக்கு? இல்லையே"

"அந்தப் பெண்ணோட வாழ்க்கை என்னாவறது? ஒண்ணு அவ செத்துப் போவா அல்லது கெட்டுப் போயி தெருவிலே நிப்பா. அது நல்லதா? ஒரு பொண்ணு விபசாரியானா அது நமக்குத்தானே கேவலம்? ஒரு சினேகிதியா, அவளோட பழகிட்டேன். சரி, என் மிச்ச வாழ்க்கையை அவளோட சேர்ந்து, அவளுக்கு நான் துணையா, எனக்கு அவ உதவியா இருந்தடுவோம்னு தீர்மானிச்சிட்டோம். வைத்தி, என்னை உனக்கு நல்லாத் தெரியும். நான் சினேகிதம்னு நினைக்கிற ஒன்றிரண்டு பேர்ல நீயும் ஒருத்தன். நான் செஞ்சது தப்பா?"

கிச்சான் என் கையைப் பிடித்துக்கொண்டு கேட்டது. நான் என்னைக் கட்டுப் படுத்திக்கொண்டேன்.

"உங்களால தப்பு செய்ய முடியுமா...? நீங்க செஞ்சதுதான் சரி" என்றேன்.

என்னை வீட்டுக்கு அழைத்துப் போயிற்று. செங்குந்தர் வீதியில் ஒரு சின்ன மேற்குப் பார்த்த வீடு. ஒரு வெளிப்புற அறை, தீப்பெட்டி மாதிரி அடக்கமான முற்றம். அதில் 'மணிபிளாண்ட்' வாசல் தூணைப் பற்றிச் சுற்றிக்கொண்டு, வளர்ந்திருந்தது. அந்தச் செடிக்காகவே அந்தத் தூண் நின்றது போலிருந்தது.

"செண்பகா, இவன்தான் நான் அடிக்கடி சொல்லுவேனே அந்த வைத்தி. வைத்தியநாதன். இவன் அம்மா போட்ட சோறுதான் என் உடம்புல ஓடற இரத்தம்."

"ச்... சும்மா இருங்க" என்றேன்.

"வாங்க" என்று இரு கையும் கூப்பிக் கும்பிட்டது அந்தப் பெண். அவள் இடுப்பில் இருந்த அந்தக் குழந்தை, "ப்பா" என்று கிச்சானை நோக்கித் தாவிக்கொண்டு வந்தது.

"வாடி என் கண்ணே" என்று குழந்தையை எடுத்துக்கொண்டது அது.

"உக்காருங்க" என்று சொல்லி மடக்கு நாற்காலியைக் கொண்டுவந்து போட்டாள் செண்பகா. நூல் புடவை உடுத்தியிருந்தாள். புடவைகள் கட்டுகின்ற முறையில்தான் அழகு பெறுகின்றன.

நான் சொல்வது சத்தியம். செண்பகா கும்பிட்டு நின்றதுபோல, ஒரு நிலையை நான் கோயில்களில் சிற்பமாகப் பார்த்திருக்கிறேன். அன்றைக்குக் காலையில் பூத்த புஷ்பம் மனசுக்குள் தோன்றியது. ஒரு வைகறைப் பொழுதில், இலை நுனியில் ஒட்டிக்கொண்டிருக்கிற பனித்துளியை நினைவு படுத்தினாள் செண்பகா. ஏனோ தெரியவில்லை எனக்கு என் அம்மா முகம் நெஞ்சில் நிழலாடியது.

"செண்பகா, வைத்திய அழைச்சுப் போயி வெறும் காப்பி வாங்கிக் கொடுத்தேன். ரெண்டு பேருமே சாப்பிடணும். முடியுமில்லையா" என்று கேட்டது கிச்சான்.

"முடியுமாவாவது, வீடுன்னு ஒண்ணு இருக்கும்போது எதுக்காக ஓட்டலுக்கு அழைச்சுப் போறது. தோ செத்தே இருங்க, இலை போடறேன். இருங்கண்ணா" என்று அதையும், கடைசியாக என்னையும் பார்த்துச் சொல்லிவிட்டு உள்ளே போனாள் செண்பகா.

பிரமிப்பு நீங்காமல், "கையை கொடுங்க, நீங்க தப்பே பண்ண முடியாது" என்று என் கையை நீட்டியவாறு சொன்னேன்.

சோடா பாட்டில் கண்ணாடி வழியாக என்னைப் பார்த்துச் சிரித்துவிட்டு, என் கையைப் பற்றிக்கொண்டது அது.

1984

எனக்கும் தெரியும்

அவன் வெளியே புறப்பட்டுக்கொண்டிருந்தபோது அம்மா சொன்னாள். "அந்த அண்ணன் வீட்டுக்கு ஒரு நடை போய்ட்டு வந்துடேம்பா..."

"எந்த அண்ணன்?" என்றான் மூர்த்தி.

"அம்பது ரூபா யாரிட்டயோ கைமாத்து வாங்கி உனக்கு சொஜ்ஜியும் பஜ்ஜியும் பண்ணிப் போட்டாரே அந்த அண்ணன் வீட்டுக்குத்தான்!"

"போயி..."

"இப்பக் கல்யாணம் பண்ற நிலமையிலே இல்லே... நீங்க வேற இடம் பாத்துக்கலாம்னு சொல்லிட்டு வந்துடு... பாவம் அந்தப் பொண்ணு நம்மையே நினைச்சிட்டிருக்கும்..."

"அதை நானே போய்ச் சொல்லணுமாம்மா. லெட்டர் போட்டா போதாதா...?"

என்ன சங்கடம் இது என்று இருந்தது மூர்த்திக்கு. ஆனால் அம்மா சொன்னாள்.

"யாரோ புது உறவுன்னா கடிதம் போட்டுடலாம். அது நமக்குத் தூரத்து உறவாச்சேப்பா. நான் போகலாமா? வீட்டுக்கு ஆம்பிளைன்னு நீதான் இருக்கே... சித்தே போய்ட்டு வந்துடு..."

அம்மா முடித்து விட்டாள். எப்போதும் அவள் பேச்சு முடிவாகத்தான் இருக்கும். கட்டளை மாதிரி தொனிக்காது. ஆனால் இதை நீ செய்யத்தான் வேண்டும் என்று தொனிக்கும். எல்லா அம்மாக்களும் இப்படித்தான் இருப்பார்களா என்ன? அந்தத் தூரத்துச் சொந்தக்கார சோமு மாமாவை, 'யாரிட்டயோ அம்பது ரூபா கைமாத்து வாங்கி சொஜ்ஜியும் பஜ்ஜியும்

பண்ணிப் போட்டவர்' என்று எவ்வளவு அலட்சியமாய்ப் பேசுகிறாள். ஆனால் 'பாவம் அந்தப் பொண்ணு' என்று வேறு அவர் மகளுக்கு இரக்கப்படுகிறாள். 'பென்ஷனைத் தவிர வேறு யோக்யதை இல்லாத மனுஷன் இந்த வீட்டில் பெண் எடுத்தால், மாமனார் வீட்டுக்கு போகும்போது அரை மூட்டை அரிசி, பருப்பு, உப்பு, புளியோடு போவியாடா' என்று அவரையும் என்னையும் வேறு குத்திக் காட்டுகிறாள். நமக்காகக் காத்திருக்கும் நேரத்தில் அந்தப் பெண்ணுக்கு நல்ல வரன் ஏதேனும் வந்து தட்டிப் போய்விடப் போகிறது என்றும் ஒரு தர்ம நினைவு வேறு. இதே அம்மா தன் பெண்ணுக்கு மாப்பிள்ளை பார்க்கையில் என்ன சொன்னாள்: பிள்ளையைப் பெத்துட்டா பெண்ணோட வீட்டையே பேத்து எடுத்துக்கிட்டுப் போகலாம்னு நினைக்கறாங்கடா, அசுர ஜனங்கள்"என்றாள். அதே அம்மா மாமியாராகும்போது என்ன சொல்கிறாள்; பெரிய பெரிய இடங்கள்ளாம் ஐநூறு பவுன் போடறேன், ஆயிரம் பவுன் போடறேங்கறாங்க. காரு வாங்கித் தந்து கல்யாணத்தையும் பண்ணி வைக்கிறதா சொல்றாங்க... அது போகட்டும்... சொந்தம் விட்டுடப்படாதுன்னு பார்க்கறேன் என்ன சொல்றீங்க..." என்று போகும் இடங்களுக்கெல்லாம் பாறாங்கற்களைத் தூக்கிக்கொண்டு போகிறாள்.

மூர்த்தி, மனச்சங்கடத்தோடும் கொஞ்சம் அவமான உணர்ச்சியோடும்தான் சுகுணா வீட்டுக் கதவைத் தட்டினான். அந்தப் பெண்ணிடம் அல்லது அவள் அப்பாவிடம் நேருக்கு நேராக அவர்கள் முகம் பார்த்து, 'நான் சுகுணாவைக் கல்யாணம் பண்ணிக் கொள்ள முடியாது' என்று சொல்ல வேண்டும். மார்பு லேசாகப் படபடத்தது. மனசுக்குள் இருக்கும் ஓர் ஓரத்து ஈரம் கசிந்தது. கதவு திறப்பதற்குள் ஓடிப் போய்விடலாமா என்றுகூட ஒரு கணம் தோன்றியது. அதற்கு இடம் வைக்காமலேயே கதவு திறந்து விட்டது. சுகுணாதான் நின்றிருந்தாள்.

கதவைத் திறந்ததும், குழல் வெளிச்சம் பளீரென்று பாய்ந்து வர, மூர்த்திக்குக் கண் கூசியது.

"வாங்க... வாங்க...?" என்று கூறிவிட்டுக் கைகுவித்தாள் சுகுணா. "உள்ளே வாங்க... உட்காருங்க. அப்பா, இப்பதான் கடைதெரு வரைக்கும் போயிருக்காங்க. வந்துருவாங்க. உள்ளே வாங்க சார்..." என்றாள் சுகுணா.

தயக்கத்துடன் உள்ளே நுழைந்தான் மூர்த்தி. ஓர் ஒற்றை ஆள் பாய் விரித்த அளவுக்கு சின்ன ஹால். இடது கைப் பக்கம்

இருந்த ஒரு சின்ன அறைக்குள் நுழைந்தாள் சுகுணா. மூர்த்தியும் பின்தொடர்ந்தான். சுவரை ஒட்டிப் போடப்பட்டிருந்த கை வைத்த நாற்காலியைக் காட்டி "உட்காருங்க" என்றாள்.

அவன் உட்கார்ந்தான். அந்தச் சின்ன அறையை ஒட்டி உள் வாங்கியிருந்த சமையல் அறை தெரிந்தது. தட்டும் தம்ளர்களும் சுவரில் தொங்கின. சின்னக் கன்றுக்குட்டி மாதிரி மூலையில் ஒரு மேஜை. அதன் மேல் எம்பிராய்டரி சட்டை போட்ட டிரான்ஸிஸ்டர். ஒரு பாடகி முணுமுணுத்துக்கொண்டிருந்தாள். ஒரே ஒரு காலண்டரும், சோமு மாமாவும் அத்தையும் சுகுணாவும் இருக்கிற ஒரே ஒரு போட்டோவும் மட்டும் சுவரில் இருந்தன. டி. வி இன்னும் நுழையாத அந்த அறையில் ஏழ்மையின் முகம் பக்கவாட்டில் தெரியத்தான் செய்தது. ஆனால் அதையும் மீறி ஒரு நறுவிசும், பாந்தமும் ஒழுங்கும் வெளிப்படையாகத் தெரிந்தன. பெண் பார்க்க வந்த அந்தச் சடங்கின்போது மூர்த்தி இந்த அறையில்தான் அமர்ந்திருந்தான். ஆனால் அன்று தெரியாத பலவும் இன்று தெரிகிறதே.

சுகுணா, அந்தச் சமையல் அறை நிலையில் சாய்ந்துகொண்டு நின்றிருந்தாள். "நீங்களும் உக்காருங்களேன்" என்றான் மூர்த்தி. ஸ்டூலில் அவன் எதிரில் அமர்ந்தாள் அவள்.

முதன் முதலாக அவளைப் பார்ப்பதாகத் தோன்றியது அவனுக்கு. அன்று, வெற்றிலைத் தட்டுடன் ஒரு பிறைக்கீற்று மாதிரி சரேலென்று வந்து அவன் முன் தட்டை வைத்து, குனிந்தவாறு ஒரு நிமிஷம் நின்று விட்டுச் சமையல் அறைக்குள் புகுந்துகொண்டவள் அல்லவா அவள். பெண்களுக்கு அது ஒரு கோலம், மின்னல் மாதிரி. இன்று, மூன்றடி தூரத்தில் அவளை முழுமையாக இருத்தி வைத்துப் பார்ப்பதில் அவள் புதுசாகத் தெரிந்தாள். கஞ்சி முறப்போடு ஆகாய நிறத்தில் அவள் கட்டியிருந்த வாயில் சேலை அவளுக்கு எவ்வளவு பொருத்தமாக இருந்தது. அவள் குனிந்தவாறு கேட்டாள்.

"அம்மா வரலியா...?"

ஊம்... மூர்த்திக்குத் தொண்டை அடைத்துக்கொண்டது. என்ன வென்று சொல்வது இவளிடம்? 'நான் உன்னைக் கல்யாணம் பண்ணிக் கொள்ள முடியாது. அதைச் சொல்லத்தான் வந்தேன்' என்று சொல்ல வேண்டும். அதைவிட, ஒரு வாளி நெருப்பை அவள் தலையில் கொட்டலாமே.

"வரலாம்னுதான் இருந்தாங்க... ஏனோ வேலை மாமாவைப் பார்த்துப் பேசிட்டு வான்னு அனுப்பி வைச்சாங்க" என்றான்.

அவள் தலையைக் கவிழ்ந்துக்கொண்டு உட்கார்ந்திருந்தாள். மூன்றடி தூரத்தில் இருந்தது அந்த முகம். மழை பெய்து ஓய்ந்த பின் சாலை ஓரத்து மரங்கள் கொள்ளும் அந்த மலர்ச்சிகொண்ட முகம். இவளைச் சிவப்பு என்று சொல்ல முடியுமா? முடியாதுதான், ஆரோக்கியமாக இருந்தாள். ஆரோக்கியம்தான் தலையாய அழகு எனில், இவள் அழகிதான்.

சுகுணா தரையைப் பார்த்தவாறு, சேலை முந்தானை முனையை, அவளை அறியாமல் பற்றி முடிச்சிட்டும் பிரித்தும் விட்டவாறிருந்தாள். அவள் கைகள் இலேசாக நடுங்கியவாறிருந்தன.

அவன் தொண்டையைச் செருமிக்கொண்டு பேசத் தொடங்கினான்.

"மாமா வந்ததும் அவர் கிட்டே ஒரு விஷயம் சொல்லணும்..."

"வந்துடுவாங்க... இருங்க... இதோ வந்துட்டேன்..." என்றவாறு எழுந்து சமையல் உள்ளே சென்றாள்.

"நான் வரும் போதே காபி சாப்டுட்டுதான் வந்தேன்..."

"பொய்..."

"..."

"சாப்பிட்ட மாதிரி தெரியல்லே. உப்புமா பண்ணிட்டிருக்கேன். கொஞ்சம் சாப்டுட்டுக் காபி சாப்பிடுங்க..."

"வேணாமே..."

"அம்மா சாப்பிடக்கூடாதுன்னு சொல்லி அனுப்பினாங்களா?..."

"சேச்சே... அப்படியெல்லாம் இல்லே... எதுக்கு சிரமம்னுதான்..."

"சிரமம் என்ன? நான் எனக்கு பண்ணப் போறேன்... நான் ராத்திரியில் 'ரொட்டி'தான் சாப்பிடுவேன்... பரீட்சைக்குப் படிக்கிறேன்... சோறு சாப்பிட்டா தூக்கம் வருது. அதனால் அப்பாவுக்கு மட்டும்தான் சாப்பாடு. ஆங்... ஒண்ணு சொல்லணும்... அன்னைக்கு நீங்க சாப்பிட்ட பஜ்ஜி சொஜ்ஜியெல்லாம் நான் பண்ணலைங்க... எதிர் வீட்டு அத்தைதான் பண்ணாங்க. ரியலா, நான் நல்லா சமைப்பேன். சாப்பிட்டுப் பாத்து சர்டிபிகேட் கொடுங்க..." என்று கூறிவிட்டு அறைக்குள் நுழைந்துகொண்டாள்.

“என்ன படிக்கிறீங்க...?” என்று கொஞ்சம் சத்தம் போட்டு மூர்த்தி கேட்டான். அவள் உள்ளிருந்தபடியே சொன்னாள்.

“பி. ஏ. கரெஸ்பாண்டென்ஸ்ல பண்றேன்.”

சுகுணாவின் பேச்சில் சிரிப்புகள் பூத்துச் சொரிந்தன. வாக்கியங்களில் முற்றுப்புள்ளிகள் அவளிடம் சிரிப்பாய் முகிழ்ந்தன. உற்சாகமும் சந்தோஷமும் வார்த்தைகளில் ஒலிகளாய்க் குமிழிட்டன.

“ஐயோ அம்மா சொல்லி அனுப்பியதை நான் எப்படி உன்னிடம் சொல்வேன்...” என்று அரற்றியது மூர்த்தியின் மனம்.

உள்ளிருந்து வெங்காயம் வதக்கும் மணம் வந்தது. கூடவே கொளுத்திய பத்தியோடு சுகுணா வெளி வந்து, மேஜையின் மேல் இருந்த பத்திச் சொருகியில் அதைப் பொருத்தினாள்.

“எதுக்கு பத்தி?”

“சமையல் வாசனை இங்கு வருது. உங்களுக்கு அது பிடிக்குமோ என்னமோ... தோ ஆயிட்டது ரெண்டு நிமிஷம்”

மீண்டும் அவள் உள்ளே நுழைந்துகொண்டாள். பத்தி அடக்கமான, ரஞ்சிதமான வாசனையாய்ப் புகைந்தது. அவன் கண்ணை மூடிக்கொண்டு சாய்ந்து உட்கார்ந்துகொண்டான். அந்தப் பத்திகள் புகையும் இடத்தில் விழித்திருக்க ஏனோ அவனால் ஆவதில்லை. ஏதோ ஒரு விக்கிரகத்தின் சந்நிதியில், நுரைத்துச் சுழித்து ஓடும் ஆற்றங்கரையில் நிற்பது போல் ஓர் உணர்வு அவனை ஆட்கொண்டு விடும்.

“சாரி” என்ற குரல் எங்கோ தொலை தூரத்தில் கேட்டது.

அவன் மீண்டான்.

அவனுக்கு முன் ஸ்டூலின் மேல் தட்டில் உப்புமாவும், காபியும் இருந்தன. ஒரு வில்லை எடுத்து சாப்பிட்டான். சாப்பிடலாமா என்று தோன்றியது. ஏன் அதனால் என்ன என்றும் தோன்றியது. அவனுக்குள் நடக்கும் போராட்டத்தை அவள் அறிந்துகொண்டாள். மனிதர்களின் மனசை முகத்தில் வாசிக்கத் தெரியாதவர்கள், வார்த்தைகளால் மட்டும் தெரிந்துகொண்டு விடப் போவதில்லையே.

“எப்படி இருக்கு?”

“பிரமாதம்.”

“கொஞ்சம் அதிகம்.”

“எது?”

“புகழ்ச்சி நல்லா இருக்கு என்கிறதுதான். பொருந்தும். பாவம்னு நினைக்கிறீங்க... அதான் கூடுதலா சொல்றீங்க...”

“சேச்சே... அப்படியெல்லாம் இல்ல...”

“சாப்பிடுங்க...” என்று விட்டு அவன் முன் தரையில், சுவரில் சாய்ந்து பாதம் தெரியாமல் அமர்ந்தாள். எட்டிப் பார்த்த, மருதாணி பூசிய விரல்கள் சட்டெனத் தெரிந்த ஒரே பாதத்தையும் சேலையால் மூடிக்கொண்டாள். அப்புறம் சொன்னாள்:

“உங்க முடிவு என்ன ஆனாலும் எனக்கு வருத்தம் இருக்காது. உங்க வசதிக்கு, சொந்தம் என்கிற ஒரே காரணத்துக்காக, இங்க பெண் பார்க்க வந்ததே அப்பாவுக்கு சந்தோஷம்தான். உங்க உத்தியோகத்துக்கு உங்க அம்மா எதிர்பார்க்கிற அளவுக்குச் சீர் பண்ண நிறைய பேர் இருப்பாங்க. இல்லீங்களா...” அவள் அவனைப் பார்த்தாள். அவன் சாப்பிட்டுக்கொண்டிருந்தது தொண்டையில் அப்படியே நின்றது அவனுக்கு.

“உங்க எதிர்காலம், உங்க வாழ்க்கை உங்களுக்கு முக்கியம் மிஸ்டர் மூர்த்தி. அதை உத்தேசிச்சுதான் எந்த முடிவையும் எடுக்கணும்...” குனிந்திருந்தவள் நிமிர்ந்து அவன் விழிகளைச் சந்தித்து விட்டுச் சொன்னாள்;

“என்னை கல்யாணம் பண்ணிக்க விரும்பலைன்னாலும் நான் வருத்தப்பட மாட்டேன் மிஸ்டர் மூர்த்தி. நல்லவேளை, அப்பா இல்லை. உங்க கிட்ட பேசணும்னு தோணிச்சு. சொல்ல வேண்டியதைச் சொல்லிடறேன். அன்னைக்கு நீங்க என்னை பெண் பார்க்க வந்தப்போ, நீங்கதான் கடைசின்னு எப்படியோ எனக்குத் தோணிச்சு. வெற்றிலைத் தட்டத்தை இனி தூக்கிக்கிட்டு, தரையைப் பார்த்து நிக்கற அவஸ்தை இன்னியோட விட்டுடுச்சுன்னு நினைச்சுட்டேன். உங்களால் புரிஞ்சிக்க முடியும். ஒவ்வொருத்தர் முன்னாடியும் கண் எச்சில் பட்டு, போறப்போ ஏதோ ஒரு கால் மோதிரம் மாதிரி, ஒரு செருப்பு மாதிரி இது சரிப்படாது வேறு பார்ப்போம்னு சொல்லிட்டுப் போறதைக் கேக்கும் போதெல்லாம், அவமானத்துல என் உடம்பு குன்றிப் போறது மிஸ்டர் மூர்த்தி. சீ... என்ன ஜென்மம் இதுன்னு தோணுது. ஏதோ ஒரு வேலை இருக்கு. மாசா மாசம் சம்பளம் வருது. நிம்மதியா இருக்கலாமேன்னு நினைச்சா, இந்த அப்பா கேட்டாத்தானே. காபி நல்லா இருக்கா

சார்... பொய் சொல்றீங்க ஆல் ரைட்... ஆல்ரைட்... தேங்க்ஸ்"

சிரிக்கையில், கண்ணில் கரையோரம் நின்ற ஈரம் பளபளத்தது.

மீண்டும் சுகுணா சொன்னாள்:

"எனக்கும் அன்பு செலுத்த தெரியுங்க. எனக்கும் ஒரு நல்ல மனைவியா, ஒரு நல்ல தாயா இருக்கத் தெரியுங்க... எங்க அப்பா கிட்ட பணம் இல்லாம இருக்கலாம். அதனால் என்கிட்ட அன்பு இல்லாம்ப் போயிடுமா, குணம் இல்லாமே போயிடுமா?"

அவள் அவனைப் பார்த்துப் பேசிக்கொண்டிருந்தவள் அடக்கியும், அவளையும் மீறி கன்னத்தில் கண்ணீர் வழிந்தது. அடக்கமாக மையிட்ட கண்கள் சிவந்து போயின.

"சுகுணா" என்றுதான் சொல்ல முடிந்தது அவனால். பேச வேண்டும் என்று பல வார்த்தைகள் மனதுக்குள் தோன்றின. பேசினால்தானா? தன்னை நேசிக்கிறவளோடு தன்னை இணைத்துக் கொள்வதல்லவா சகல இன்பங்களுக்கும் ஊற்றுக்கண். கடிகாரத்தின் நாக்கைப்போல அசைந்துகொண்டிருந்த அவள் மனம் நிலைகொண்டது.

"சாரி... உங்களை சிரமப்படுத்திட்டேன்..." என்றாள் சுகுணா, கண்களைத் துடைத்துக்கொண்டு.

வாசலில் செருப்புச் சத்தம் கேட்டது.

சோமு மாமாதான். பால் ஐஸ் மாதிரி வெளுத்தத் தலையோடு உள்ளே வந்தார். மூர்த்தி "வணக்கம்" என்று கை குவித்து எழுந்து நின்றான்.

"அடடா நீங்களா... வாங்க... வாங்க... சுகுணா, சாருக்குக் காபி கொடுத்தியா... கடைத் தெருவிலே கொஞ்சம் வேலை..."

அவர் அவனை எதிர்பார்க்காத திகைப்பும் பரபரப்பும் துல்லியமாக எதிர்ப்பட்டன. அவர் அமர்ந்ததும் அவன் சொன்னான்.

"எல்லாம் ஆச்சு... வெறும் காபி மட்டும் இல்லை. உப்புமாவும் சாப்பிட்டேன். அம்மா உங்களைப் பார்த்துட்டு வரச் சொன்னாங்க.

"சொல்லுங்க..."

தவிப்புடன் சொன்னார் அவர். சுகுணா சமையல் உள்ளுக்குள் நுழைந்துகொண்டாள்.

"எனக்கு சுகுணாவைப் பிடிச்சிருக்கு சார். கல்யாணத்துக்கு நாள் பார்க்க வேண்டியதெல்லாம் இனி உங்க பொறுப்பு..."

"அப்படியா... ரொம்ப சந்தோஷம்... சந்தோஷம்..." அவன் அவன் கையைப் பிடித்துக்கொண்டார். அழுது விடுபவர் போல் இருந்தது.

அவன் எழுந்து வெளியே வந்தான். அவரும் எழுந்து வாசல் வரை அவனுடன் வந்தார்.

"ஒரு நல்ல நாள் பார்த்து அம்மாவை நான் வந்து காணறேன்னு சொல்லுங்க..." என்றார்.

"சரி..."

அவன் திரும்பி வாசல் கதவைப் பார்த்தான். சுகுணா நின்றிருந்தாள். விழிகள் கலங்கியிருந்தன அவளுக்கு. உதடுகள் துடிப்பது தெரிந்தது. ஆயிரம் வார்த்தைகளை அவள் பேசி அவன் புரிந்துகொண்டான் அந்தக் கணத்தில்.

இருப்பத்தாறு ஆண்டு வாழ்வில், அந்தக் கணம் வரை அனுபவித்தறியா ஆழ்ந்த மனநிறைவோடு வீடு நோக்கி நடக்கத் தொடங்கினான் மூர்த்தி.

1985

ஓடிப்போனவள் திரும்பியபோது

ஜனசந்தடி இல்லாத ரயில் நிலையங்களின் பிளாட்பாரத்தில், அந்தக் குளிர்ச்சியான சிமெண்ட் சாய்வு பெஞ்சுகளில் உட்கார்ந்து அனுபவித்திருக்கிறீர்களா? மனிதர்கள் அமர்ந்து அமர்ந்து, சாய்ந்து, தேய்த்து, வழவழப்பும், குளிர்ச்சியும் கூட்டி வைத்திருக்கிற சிமெண்ட் பெஞ்சுகளில் அகலமான உட்காரும் இடங்களும், மிக நீளமான சாய்வு இடமும் உள்ள சிமெண்ட் பெஞ்சுகளில், நீங்கள் குழந்தையாய் இருந்தபோது அம்மா மடியில் படுத்த சுகத்தை, நீங்கள் ஆளான பின், உங்களின் இனிய பாரியாள் மடியில் படுத்து நீங்கள் அனுபவித்திருக்கக் கூடிய சுகத்தை நினைத்துப் பார்த்துக் கொள்ளுங்கள். அவற்றுக்கு ஒப்பானவை இந்தச் சிமெண்ட் பெஞ்சுகள்.

அந்தச் சிமெண்ட் பெஞ்சுகள் – காங்கிரீட் மடிகள்– எனக்கு மிகவும் பிடித்தமானவை. அவற்றோடு, இருபது வருஷத்துச் சினேகம் எனக்குண்டு.

பிளாட்பாரத்தில் தென்கோடிக் கடைசி பெஞ்சில் நான் இருந்தேன். இது எனக்குப் பிடித்த இடம். சொந்த வீட்டின் தனி அறையைப்போல ஒரு சொந்தத்தை இங்கு நான் அனுபவிப்பேன். பெஞ்சை ஒட்டிப் பின்னால் குடை பிடிக்கும் ஒரு குட்டை வேப்பமரம். இது பறவைகளின் இரவு வீடு. எனவே பெஞ்சுகள், பறவைகளின் எச்சத்தால் வெள்ளையடிக்கப்பட்டிருக்கும். அவசியமாகவும் அனாவசியமாகவும், எவை எவற்றையெல்லாமோ சுமந்துகொண்டு மனிதர்கள் ரயிலுக்கு நிற்பதைப் பார்ப்பது ஒரு சிறந்த பொழுதுபோக்கு. ஸ்டேஷன் முடிவடையும் இடத்தில் ஒரு தென்னந்தோப்பு. தோப்புக்குள் காலக் கறையான்

அரித்துக்கொண்டிருக்கும், காரை பெயர்ந்த செங்கல் வரிசை தெரிகிற ஒரு பழங்காலக் கோயில் கோபுரம்.

இங்குதான் எனக்கு மூன்று பேர் சிநேகிதம் ஆனார்கள். ராஜா, ராணி என்று நான் பெயர் சூட்டிய இரண்டு காக்கைகள், மற்றும் பரசுராமன். நான் வருவதைத் தூரத்திலிருந்தே பார்த்துவிடும் ராஜாவும் ராணியும். சிமெண்ட் பெஞ்சுகளில் இருந்து இடம் மாறி மண்ணில் அமர்ந்து கொள்ளும். நான் இருக்கையில் அமர்ந்து கொள்வேன். எனக்காக தம் இருக்கையை விட்டுக் கொடுக்கும் தோழர்கள்.

“சூடா இட்லி சாப்பிடறீங்களா சார்?” என்று கேட்டுக்கொண்டு அறிமுகமானார் பரசுராமன். அவர் முன்னால் ஓர் உணவுத் தள்ளு வண்டி. அதில் பாத்திரங்கள், வாழை இலைத் துண்டங்கள், அது ஒரு காலை நேரம். வயிறு பகபகவெனப் பசிக்கிற தொடக்கம் “கொடுங்களேன்” என்றேன்.

துண்டம் போட்ட ஒரு வாழை இலையில், இரண்டு இட்லிகளையும், ஒரு வடையையும் வைத்த அவர், “சட்னியா. சாம்பாரா... எது போடட்டும்” என்றார். எனக்கு இக்கேள்வி பிடித்திருந்தது. இரண்டையும் சேர்த்துக் குழப்பிக் கொடுப்பதே இவர்கள் பழக்கம். எனக்குப் பிடிப்பதில்லை. ஒவ்வொன்றுக்கும், தனி ருசிகள் இருக்கின்றன. இரண்டும் சேர்வதால் இரண்டும் கெடும். தனித்தனியாக இவற்றை உண்பதே எனக்குப் பிடிக்கும்.

“முதல்லே சட்னி போடறேன், சாப்டுங்கோ... அப்புறமா சாம்பார்” என்றார்.

ஒரு மருந்துக் கம்பெனியின் பிரதிநிதி நான். எங்கள் நிறுவனம் சம்பந்தப்படும் மருந்துகளை மாநிலம், அண்டை மாநிலங்களுக்கு எடுத்துப் போய் டாக்டர்களைச் சந்தித்து அவற்றை அறிமுகப்படுத்தும் வேலை எனக்கு. வாழ்வில் பெரும் பகுதி ரயில்களில் செலவிட்டுக்கொண்டிருந்தேன். ஆகவே பரசுராமனை மாசத்துக்கு இரண்டு முறையாவது சந்திக்கும் வாய்ப்பு எனக்கேற்பட்டது.

சில பேரைப் பார்த்தால் பதுங்கத் தோன்றும். சில பேருடன் பேச நமக்கே ஆசை வரும். இதில் பரசுராமன் ரெண்டாம் ஜாதி. சில பேருக்கு வாழ்க்கை கொல்லன் உலைக்களம் நொந்து போய், ‘சீ இது என்ன வாழ்க்கை’ என்று அங்கலாய்ப்பிலேயே வாழ்க்கையைக் கழிப்பார்கள். எத்தனைதான் கஷ்டம் மனசுக்குள்

இருந்தாலும் கஷ்டங்களைப் பிறர் தோளில் இறக்கி அவர்களின் பச்சாதாபத்தை யாசிக்காமல், உல்லாசமாக இருப்பவர்கள் சிலர். இதிலும் பரசுராமன் ரெண்டாம் ஜாதி.

பரசுராமனை நீங்கள் பார்க்க நேர்ந்தால் அவரிடம் ரெண்டு வார்த்தையாவது பேசாமல் போய்விட முடியாது. சராசரிக்கும் கொஞ்சம் குள்ளம். முழு வழுக்கை. மைதானத்தில் புல் முளைத்ததுபோல ஆங்காங்கே நரை முடிகள். லாட்ஜ் சிங்கிள் ரூம்களில் வைக்கப்படும் மண் கூஜா மாதிரியான தொந்தி, வெற்றிலைப் போட்டு உதடுகள் சதா சிரிப்பைக் சிந்திக்கொண்டிருக்கும். அது நம்மைப் பார்த்துச் சிரிக்கிற மாதிரி இருக்கும். அந்தச் சிரிப்பில் சிக்கிக் கொள்ளாதவர் யார்தான் இருக்க முடியும்?

என்னைப் பார்க்கும் போதெல்லாம், “சௌக்கியமா? வீட்ல எல்லாரும் சௌக்யமா? சுமதி, கௌரி எல்லாம் எப்படி?” என்றெல்லாம் மறக்காமல் ஒரு பாட்டம் விசாரித்து விட்டு மறு ஜோலி, “அப்புறம் ஊருல மழை உண்டா?” என்பார். பரசுராமனுக்கு நிலபுலன் எல்லாம் ஒன்றும் இல்லை. ஒரு காலத்தில் இருந்தது. பிறகு நகர்ந்து விட்டது. அவரோ மழையைப் பற்றிக் கவலைப்படுவதை விடாமல் இருந்தார்.

ஒருநாள் என்னை வீட்டுக்கு அழைத்துப் போனார். ஒரு பழங்கால – ஓடாத மணிக்கூண்டுக்கு எதிர்ச் சந்தில், ஓட்டல் எருமைகள் ஏழெட்டு கட்டியிருந்த வீட்டுக்குப் பின் போர்ஷனுக்கு அழைத்துப் போனார். அவர் மனைவியை அழைத்து எனக்கு அறிமுகப்படுத்தினார். அந்த அம்மாள் ஒரு காலத்தில் அழகாக இருந்திருப்பார். இப்போது காலாவதியாகி நசுங்கிய ஈயப்பாத்திரம் மாதிரி இருந்தாள். ஏதோ ஒரு கொடிய வியாதி உடம்புக்குள் இருந்துகொண்டு அவளை உருக்குலைக்கிறது என்று எனக்குத் தோன்றியது. அவளுக்குப் பளிச் பளிச்சென்று இரண்டு பெண்கள் இருந்தார்கள். அழுக்கு ஓட்டு வீட்டுக்குள் வாசம் செய்யக்கூடாத களையும் வனப்பும்கொண்ட பெண்கள். பெரிசு தாவணி அணிந்திருந்தது. முகம் முழுக்கப் புத்திசாலித்தனம் வடிந்தது. இரண்டாமவள் தாவணி போட வேண்டியவளே. எனினும் சட்டை போட்டிருந்தாள். என்னைக் கண்டதும் ஏதோ நான் அவளைப் பெண் பார்க்க வந்து விட்டது போல் வெட்கப்பட்டாள். அதிகம் சினிமா பார்க்கக் கூடியவள் என்று எனக்குப்பட்டது. சமையல் கட்டையும், கூடத்தையும் பிரிக்கும்

இடம் கோணித்துணியால் தடுக்கப்பட்டிருந்தது. உட்கார ஒரு நாற்காலி இல்லை. மாமி விரித்த (நடுவில் வட்டமாய்க் கிழிந்திருந்த) பாயில் உட்கார்ந்துகொண்டேன்.

"ரெண்டு பெண்ணுங்களா?" என்றேன்.

"இருக்கிறது ரெண்டு"

"அப்படீன்னா?"

"ஆக மொத்ததத்துல மூணு. ஓடினது ஒன்று... இருக்கிறது ரெண்டு"

"ஓடினதா?"

"ப்ச்..."

திரும்பி வரும்போது பரசுராமன் சொல்லிக்கொண்டு வந்தார். வத்சலாதான் மூத்த பெண்ணாம். ரொம்ப அழகாம். அதைவிட புத்திசாலித்தனமாம். எஸ். எஸ். எல். சி. யில் நிறைய மார்க்குகள் வாங்கினாள். எனினும் மேலே படிக்க வைக்க முடியவில்லை அவரால். டைப் கற்றுக்கொண்டாள். சுருக்கெழுத்து முடித்துக்கொண்டிருந்த நாளில், யாரோ ஒரு பையனுடன் ஓடிப் போய் விட்டாள்.

"காதல்" என்றேன்.

"உம்" நொந்துகொண்டார் அவர். மாமிக்கு வந்தது உடல் நோயல்ல. மனநோய்தான். சொன்னார்.

"அவ சீக்கிரத்துல செத்துப் போயிடுவா சார்... சாகிறத்துக்குள்ளே மூத்த பெண்ணை ஒரு வாட்டி பார்த்துடணும்னு ஆசைப்படறா, நான்தான் வீம்பா இருந்துட்டேன். இப்பத்தான் போன மாசம் வெக்கத்தை விட்டு நானே தபால் எழுதினேன். பதில் இல்லை. நேரில் போய் கூப்பிடறதுக்கு வெக்கமா இருக்கு. அந்தப் பய முகத்தைக்கூட நான் பார்த்தது இல்லை. இத்தனை வருஷம் குழந்தை எப்படி இருக்காள்னே தெரியாம, கண்டுக்காம இருந்துட்டு இப்ப போய் நிக்கறதுக்கு என்னமோ சங்கடமா இருக்கு. பெத்தவ இன்னும் கொஞ்ச காலம் வாழறதுக்காவது அவள் வந்தா தேவலை. அவனும் வேணும்னா வரட்டும். நமக்கு ஆட்சேபணை இல்லை..."

"இப்போ எந்த ஊருல இருக்கா?"

சொன்னார். என் பயண வட்டத்துக்குள் இருக்கிற ஊர்தான். வத்சலாவை அழைத்து வரும் பொறுப்பை நான் ஏற்றுக்கொண்டேன்.

நான் இப்போது அந்த ஊருக்குத்தான் போய்க்கொண்டிருந்தேன். மாவட்டத்தின் தலைநகரமான அது, குட்டிக் குட்டி யானைகள் படுத்திருக்கிற மாதிரியான சின்னச் சின்ன குன்றுகள் நிறைந்திருந்தது. வழக்கமாக தங்கும் லாட்ஜ் அறைக்குள் குளித்து வத்சலாவின் விலாசத்தை எடுத்துக்கொண்டு கிளம்பினேன்.

நகரத்தின் புதிய பகுதியில் அமைந்திருந்தது அவள் வீடு. வீட்டு முகப்பும், முன் இருந்த சிகரத்தை எடுத்துக் கொள்ளப்பட்டு வளர்ந்த சிறு தோட்டமும் வத்சலாவின் வசதியை முன்னறிவித்தன. வேலைக்காரி போன்ற ஒருத்தி கதவைத் திறந்தாள். உட்காருங்கள் என்று வரவேற்பு அறையைக் காட்டிவிட்டு உள்ளே சென்றாள். வரவேற்பறையில் ஏற்கெனவே இரண்டு பேர் இருந்தார்கள். டெரிகாட்டன் வேஷ்டியும் இறுக்கமாகத் தைக்கப்பட்ட வெள்ளைப் பட்டுச் சட்டையும், பெரிய உருவமும், எல்லாவற்றுக்கும் மேலே, மூக்கை எரிச்சல் அடைய வைக்கிற, உலகத்திலேயே மட்டமான செண்ட்டும் போட்ட அந்த இடது பக்க மனிதனைப் பார்த்ததும், அவன் மேல் எனக்குக் கௌரவமான எண்ணம் ஏற்படவில்லை. உடன் இருந்த இளைஞன், மோட்டார் மெக்கானிக் மாதிரி இருந்தான். என்னை அவர்கள் வெகு அலட்சியமாக, ஒரு காலி பெருங்காய டப்பாவைப் பார்ப்பது மாதிரி நோக்கினார்கள். ஒரு பெண்ணின் படம், பெரிது பண்ணப்பட்ட அளவில் மாட்டப்பட்டிருந்தது. வித்தியாசமான கோணம். பொதுவாகப் பெண்கள் இருக்கச் சம்மதிக்காத கோணத்தில் இருக்கும் படம்.

அடுத்த சில நிமிஷங்களிலேயே வத்சலாவே வந்தாள். வெளியே புறப்படும் கோலத்தில் இருந்தாள். பரசுராமன் சொன்னது பொய்யில்லை. அழகி தான். பச்சைச் சுடிதாரில் அழுத்தமான, பகட்டான ஒப்பனையில் இருந்தாள். என்னைக் கண்டதும் வணங்கினாள். நான் பரசுராமன் நண்பன் என்று அறிமுகப்படுத்திக்கொண்டேன். அப்பா பெயரைக் கேட்டதும் அவள் முகம் இறுகிப் போய் விட்டதை நான் கண்டேன். காத்திருந்த அந்த ரெண்டு பேரை நோக்கி, "நீங்கள் அங்க போய் இருங்க... ஒரு அரை மணியில் நான் அங்க வந்துடறேன்..." என்றாள்.

"பார்ட்டியை ஓட்டலுக்கே அழைச்சு வந்துடவா" என்றான், அந்தப் பட்டுச் சட்டை போட்டவன்.

பக்கென்று அவள் முகம் சிவந்து போய்விட்டது. “உம்” என்றாள். உத்தரவு மாதிரி. அவர்கள் எழுந்து என்னை ஒரு மாதிரியாகப் பார்த்துவிட்டுப் போனார்கள். அர்த்தம், பேமானி.

வேலைக்காரி கொண்டுவந்து கொடுத்த நல்ல காப்பியைக் குடித்துக்கொண்டே பேசினோம். கிட்டத்தட்ட மூணு மணி நேரத்துக்கு மேல் அவள் என்னிடம் பேசிக்கொண்டிருந்தாள்.

“அம்மா எப்படி இருக்காங்க?”

“உங்களை பாத்துட்டா, அவங்களுக்கு நிம்மதி.”

அவள் கண்களில் இருந்து உருண்டது சோகம். “ரெண்டு வருஷத்துக்கு முன்னால் என்னை அவங்க வந்து பாத்திருந்தா எவ்வளவோ நல்லா இருந்திருக்கும். என் லைஃப் இப்ப வேற மாதிரி” என்று எங்கோ பார்த்துக் கொண்டு சொன்னாள்.

“வீடு பெண்களுக்கு நரகமா இருக்கக்கூடாது சார். அப்பாவும் அம்மாவும் ரொம்ப நல்லவங்க. அதுதான் கஷ்டமாயிடுச்சு. ராத்திரி சாதம் போடறப்போ கரண்டி தவலையில் படாமே இருக்க அம்மா பட்டபாடு! யாருக்கும் போதுமான சோறு இல்லாமே, அதனாலேயே ஒருத்தர் ஒருத்தர் பிறாண்டி காயப்படுத்திக்கிட்டு, உறவை, பாசத்தை, சீரழிச்சுக்கிட்டு இருக்கிறப்போ எனக்கு அந்த வீடே ஒட்டாமே போயிடுச்சி. என் வீடு அது இல்லை. எனக்கு அங்க பந்தம் இல்லேன்னு தோணிப் போச்சு. ஓட வழி பார்த்தேன். அப்போதான் கேசவன் பழக்கம் ஏற்பட்டுச்சி. நான் அதை காதல்னு தப்பா புரிஞ்சிக்கிட்டேன். மூழ்கிறவன் கையில் அகப்படறது கயிறா, பாம்பான்னு கண்டானா? ஏதோ ஒரு ஆதாரம் கிடைச்சா, சரின்னு நானும் கிளம்பிட்டேன். எங்க காதல் ரெண்டு வருஷத்துக்குக்கூட தாக்குப் பிடிக்கல்லே. அந்தப் பொறுக்கிப் பய ஓடிட்டான். அப்போ நான் பாம்பேயில இருந்தேன். தினம் அழுது கதறிக் கடிதம் எழுதிக் கிட்டே இருந்தேன். ஊகும், அப்பாவுக்கு என் மேல் இருந்த கோபம் தீரவில்லை. வேற வழி இல்லை... இதுக்கு வந்துட்டேன்.

“நான் இதை நியாயப்படுத்தல சார்... வீடு கசந்து போறப்ப வீட்டை விட்டு ஓடலாம்னு தோணுது... புருஷனும் கைவிட்டுட்டான்னா அப்புறம் எங்க ஓடறது... எதுதான் எங்களுக்கு உகந்த இடம்? எதுதான் எங்க ஸ்தானம்?”

வத்சலா இப்போது சுதந்திரமாக இருந்தாள். வீடும் வாழ்க்கையும் அவளுடையது. அந்தக் கணவனுக்கு, பாதுகாப்புத்

தருகிற ஆண் மகனுக்கு அதன் காரணமாகவே அவன் இழைக்கிற கொடுமைகளுக்கு ஆளாக வேண்டிய கட்டாயம் அவளுக்கு இப்போது இல்லையே. அவளே தொழிலாளி, அவளே எஜமானி. இஷ்டப்பட்டால் தொழில் செய்கிறாள்; இல்லை ஓய்வு எடுக்கிறாள். நிம்மதியை ஏதோ ஒருவகையில் சம்பாதித்துக்கொண்டாள்.

இதுதான் விதி போலும். வத்சலா அம்மாவைப் பார்க்க அந்த மாத இறுதியில் வந்திருந்தாள். நான் வத்சலாவைப் பார்த்துப் பேசிய விஷயத்தைப் பரசுராமனிடம் சொன்னேன்.

"வத்சலா வராளா?" என்றவர் என் கைகளக் கெட்டியாகப் பிடித்துக்கொண்டார். அவர் உடம்பு குலுங்குவதை நான் உணர முடிந்தது. அழுதார். சதை ஆடத்தானே செய்யும்.

தன் தாய் வீட்டுக்கு நேராகப் போகத் தைரியமில்லை வத்சலாவுக்கு. என் வீட்டுக்கு வந்தாள். அவளை அழைத்துக்கொண்டு பரசுராமன் வீட்டுக்கு நான்தான் போக நேர்ந்தது.

அம்மா மட்டும்தான் இருந்தாள். இரண்டு தங்கைகளும் வந்து அவளைக் கட்டிக்கொண்டு "அக்கா, அக்கா" என்றார்கள்.

"பரசுராமன் எங்கே?" என்றேன் நான்.

அந்த அம்மா மார்பில் அடித்துக்கொண்டு அழுதாள். வாசலில் நாங்கள் நின்றிருந்தோம். பெண்களில் சின்னவள் சொன்னாள்.

"அப்பா போயிட்டாங்க மாமா..."

1985

கருணையினால்தான்

குளித்துக்கொண்டிருந்தபோது, மப்டியில் இருந்த போலீஸ்காரரால் கேசவன் கைது செய்யப்பட்டான்.

சிலேட்டில் எழுதி அழித்தும் அழியாத எழுத்து மாதிரி மங்கலான, இருள் பிரியாத சூரியனுக்கு முந்தைய காலைப் பொழுது, குளிப்பதற்கே உகந்த நேரம். பனி விழுங்கிய சீதளக் காற்று உங்களை சட்டையைக் கழற்ற யோசிக்க வைக்கும்தான். இரவுக் குளிர்ச்சியில் குளத்து நீர் கால்களைப் பூச்சி கடிப்பது போல் கடிக்கும்தான். ஒரு தைரியத்தை வரவழைத்துக்கொண்டு ஒரு முங்கல் போட்டு விட வேண்டும். அப்புறம் என்ன? குளத்தை விட்டு வெளியில் வர யாருக்குத் தோணும்? குளிப்பது அழுக்குப் போகவா? அழுக்குப் போகக் குளிக்க முடியுமா என்ன? குளிப்பது ஒரு சுகம்.

கேசவனுக்கு முன் வானம் ஒரு புத்தகம்போல விரிந்து கிடந்தது. நட்சத்திர எழுத்துக்கள், தூரத்தில் கறுப்பு மையால் எழுதியது மாதிரி கோபுரம். மார்பளவு நீரில் அவன் இருந்தான். மனம் லேசாகித் தக்கையானது போல் உணர்ந்தான். நிழல் மாதிரி விடாது ஒட்டிக்கொண்டிருந்த பயம்கூடத் தன்னை விட்டு ஓடி விட்டது மாதிரி இருந்தது அவனுக்கு.

படி ஏற மனமின்றி நீரில் துழாவிக்கொண்டிருந்த அவன் கவனத்தை எதிர்கரையில் குளிக்க வந்த பெண்களின் பேச்சுச் சத்தம் கலைத்தது. விடிந்து கொண்டிருப்பதை அப்போதுதான் உணர்ந்தான். கோபுரத்துக்குப் பின் இருந்து வெளிச்ச ரேகைகள் வானில் பரவி இருந்தன. சட்டென்று, அந்த ஊருக்குப் பொருத்தம் இல்லாத வெள்ளைச் சட்டையும் பேன்ட்டும் அணிந்த நகரத்து மனிதர்கள் என்று

சொல்லத் தக்க சிலர் குளத்தைச் சுற்றி, நான்கு படித்துறைகளுக்கும் மேலே தயாராய் இருந்ததைக் கவனித்தான். அவனுக்குப் புரிந்து விட்டது. தான் அகப்பட்டுக்கொண்டு விட்டோம் என்பதை உணர்ந்தான். ஏற்கனவே தீர்மானித்து வைத்திருந்ததைச் செயல் படுத்துவது என்ற முடிவுக்கு வந்தான்.

படி ஏறினான். அவிழ்த்து வைத்திருந்த பேன்ட்டை அணிந்துகொண்டான். துண்டைப் பிழிந்து கீழே போட்டான். சட்டையை மாட்டிக்கொண்டு, துண்டையும் எடுத்துக்கொண்டு, மேலே நின்றுகொண்டு இவனையே கவனித்துக்கொண்டிருந்த இருவரை நோக்கிப் போனான்.

வெளிச்சம் வந்து விட்டிருந்தது. அம்மைத் தழும்பும், பெரிய மீசையும், வளமான உடம்பும்கொண்ட ஒருவன் "நீ கேசவன் தானே?" என்றான்.

"ஆமாம்"

கடைசி எழுத்தைச் சொல்லி முடிப்பதற்குள் கேசவன் முகத்தில், ராட்சசத்தனமான அறை ஒன்று விழுந்தது. இரண்டு நாட்களுக்கு முந்திதான் கேசவன் உணவு என்று இரண்டு இட்லிகளைச் சாப்பிட்டிருந்தான். படியை ஒட்டிய மண் தரையில் கேசவன் விழுந்திருந்தான்.

"அவன்தான் கேசவன் என்று ஒப்புக்கொண்ட பின்னால் அவனை நீ அடித்திருக்க வேண்டியதில்லை" என்று உடன் தலைவன் போல் இருந்தவன் சொன்னான். அடித்தவன் மறுமொழி பேசாதிருந்தான். தலைவன் கைகொடுத்து எழுந்து உட்கார்ந்திருந்த கேசவனை நிற்க வைத்தான். நாலு துறைகளிலும் நின்றிருந்தவர்கள் வந்து சேர்ந்துகொண்டார்கள்.

தலைவன் முன்னால் நடக்க, கேசவனைத் தள்ளிக்கொண்டு போவது போல் மற்றவர்கள் நடந்தார்கள். வாய் ஓரம் வழிந்த இரத்தத்தை ஈரத் துண்டால் துடைத்தவாறு கேசவன் நடந்தான்.

நெடுஞ்சாலையில், ஒரு தூங்கு மூஞ்சு மரத்தின் கீழே போலீஸ் வண்டி நிறுத்தப்பட்டிருந்தது. கருநீல வண்ண வண்டி. அதுவே ஒரு சிறைபோல கம்பிகளும் கதவுகளுமாய் இருந்தது. நீள பெஞ் சுகள் மாதிரி இரண்டு இருக்கைகள், எல்லோரும் அமர்ந்தார்கள். கேசவன் இருக்கையில் அமரப் போனான். மீசை வைத்திருந்தவன், இரண்டு இருக்கைகளுக்கும் இடைப்பட்ட தரையைக் காட்டி, "அங்கே உட்காருடா" என்றான்.

தலைவன், "சீட்டில் உட்காரட்டும். நடுவில் அவனும் இரண்டு பக்கத்திலும் ரெண்டு பேரும் அமருங்கள். நீ டிரைவர் பக்கத்தில் போய் உட்கார்" என்றான் மீசைக்காரனைப் பார்த்து.

இரண்டு பேர் முன்புறமாகப் போய் உட்கார்ந்தார்கள். கேசவன் எதிரே தலைவன். வண்டி புறப்பட்டது. தரையில் குழந்தையைக் கிடத்தியதுபோலத் துப்பாக்கிகளைக் கிடத்தியிருந்தார்கள்.

கேசவன் இடப்புறம் கம்பி வலை. வண்டியின் ஓட்டத்தில் துப்பாக்கிகள் குலுங்கி ஒன்றுடன் ஒன்று இடித்துக்கொண்டன. கட்டைகள் மோதும் சப்தம் எழுந்தது.

தலைவன், கேசவனையே கவனித்துக்கொண்டிருந்தான். இளமையின் தலைவாசலில் நிற்கிற, இன்னும் குழந்தைத்தனம் போகாத முகம், மீசையும் தாடியும் அரும்பியிருந்தன. குற்றவாளிகளுக்கே உரிய, கெட்டிப் போன முகங்களையே பார்த்துப் பழகிய அவனுக்கு, ஒரு கல்லூரி மாணவனைப்போலத் தெரிந்தான் கேசவன். இந்தச் சிறுவனா கொலை அல்லது கொலைகளைச் செய்திருக்க முடியும் என்று தோன்றியது அவனுக்கு.

"உனக்கு என்ன வயசு?"

சாலைப் புளிய மரங்கள், மரங்களை அடுத்து விரிந்த குன்றுகள். மலைச்சரிவுகளையே சுவாரஸ்யமாக வேடிக்கைப் பார்த்துக்கொண்டிருந்த கேசவன் திடுக்கிட்டு, "என்ன சார்" என்றான்.

தலைவன் மறுபடியும் கேட்டான்.

"ஜனவரி வந்தால் இருபத்து மூணு சார்."

தன்னை விட ஏழு வயது சின்னவன் என்று நினைத்துக் கொண்டான். ஜனவரி வந்தால் என்கிறானே... வந்தால் தானே. அதிகம் போனால் இரண்டு அல்லது மூன்று நாள்களே, மண்ணில் அவன் வாழப் போகிறவன். நாளைக் காலையில் தலைமைக் கேம்ப்பில் கேசவன் ஒப்படைக்கப்படுவான். விசாரணை என்ற பெயரில் ஒரு பகல் நீளும். ஓர் இரவும் ஒரு பகலும் அவன் தோலை உரித்து, எத்தனை விதமான வன்முறைகள் சித்ரவதைகள் உண்டோ அத்தனையும் பிரயோகித்து, உண்மைகளை வெளிக்கொண்டு வரும் முயற்சிகள் நடக்கும்.

"தேவா... பசி வயித்தைப் புரட்டுதப்பா... அடுத்த ஊருல சாப்ட்டுடலாமா..." என்று மீசைக்காரன், கம்பிகளின் வழியாகத் தலைவனைப் பார்த்துக் கேட்டான.

"உம்" என்றான் தேவா. பிறகு கேசவனைப் பார்த்து, "என்ன யோசிக்கிறாய்..." என்றான்.

கேசவன், இரண்டு விரல்களைத் தேவா முன் நீட்டினான்.

"ரெண்டுல ஒண்ணைத் தொடுங்க சார்..."

"எதுக்கு..."

"தொடுங்க சார் இன்னா...!"

தொட்டான்.

"க்ரெக்ட் நீங்க தேவநாதன் தானே?"

"இல்லை தேவகுமார்."

"நான்தான் தப்பு. ஒன்று தேவராஜன், இல்லை தேவநாதன்னு நினைச்சேன்."

சொல்லிவிட்டுச் சிரித்தான் கேசவன்.

தேவாவுக்கும், உடன் இருந்தவர்களுக்கும்கூட இது விந்தையாக, வித்தியாசமாகத் தோன்றியது. இது மாதிரி கைதிகள் பிடிபட்டதும், தப்பிக்க என்ன வழி என்று யோசிப்பார்கள். பின்னால் கேட்கப்படப்போகிற ஆயிரக்கணக்கான கேள்விகளுக்கு ஆயிரக்கணக்கான பொய்களைக் கற்பனை செய்துகொண்டிருப்பார்கள். இந்த மாதிரி ஒத்தையா ரெட்டையா விளையாட மாட்டார்கள்.

வண்டி நின்றது. எல்லாரும் இறங்க, கேசவன் மட்டும் உட்கார்ந்திருந்தான்.

"அவன்கூடக் காவலுக்கு யார் இருக்கப் போறா!..." என்று மீசைக்காரன் கேட்டான்.

"அவனும் வரட்டுமே" என்றான் தேவா.

"நம்ம செலவுக்கே இடிக்குது. கொலைகாரப் பயலுக்குச் சோறு போடச் சொல்ற நீ..."

"உனக்கு மட்டும்தான் வயிறா? அவனுக்கு இல்லை?"

"ப்ச்"

தேவா கேசவனைப் பார்த்து "இறங்கு" என்றான்.

எல்லோரும் முதல் இட்லியில் கொஞ்சம் மிச்சம் வைத்திருக்கையில், கேசவன் மூன்றாம் இட்லியைப் பிட்டுக்கொண்டிருந்தான்.

"கடைசியாக எப்போ சாப்பிட்டே...?"

கேசவன் கொஞ்சம் யோசிக்க வேண்டியிருந்தது. "இன்னைக்கு வெள்ளிக்கிழமை. நேத்து பூரா ஒன்றும் சாப்பிடலை. புதன்கிழமை மத்தியானம் சாப்பிட்டேன். ஒரு தோழர் வாங்கி...!"

சட்டென்று நிறுத்திக்கொண்டான் கேசவன். எந்தச் சூழ்நிலையிலும், யார் பெயரையும் அடையாளத்தையும் சொல்லக்கூடாது என்று சொல்லிக் கொடுக்கப்பட்டிருந்ததை மறந்து போய் விட்டான்.

"எந்தத் தோழர்?..." என்று கேட்டான் மீசைக்காரன்.

"......"

"உம், நாளைக்கு கேட்கிற முறையில் ஐயா கேட்பார். நீயும் கடகடன்னு அவனுங்க பெயரையெல்லாம் சொல்லத்தான் போறே..."

மீண்டும் இடைவிடாத பயணம் தொடர்ந்தது. வழி நெடுக மரங்கள். மனிதர்கள். இந்த ஆறு மாத காலத்தில் நல்ல தலைமறைவாய் இருந்த நாட்களில், பகலில் எல்லாம் ஒளிந்தும், இரவில் நடந்தும் அல்லது புதிதாக வந்து சேர்ந்த நண்பர்களோடு உரையாடியும் கழித்திருந்த கேசவனுக்கு, ஒரு நாள் முழுக்க மனிதர்களைப் பார்த்தவாறு, மனிதர்களோடு செய்யும் பயணம் உற்சாகமாய் இருந்தது. ஒரு திருவிழாவுக்குப் போகிற சிறுவனின் களிப்போடு வேடிக்கை பார்த்துக்கொண்டு வந்தான்.

தலைமை நிலையம் ஊருக்குச் சற்றே தள்ளி, ஒரு தோப்புக்குள் அமைந்திருந்தது. வெளியிலிருந்து பார்ப்போர்க்கு அப்படி ஒரு கட்டடம் கண்ணுக்குத் தெரியாது.

"விலங்கு போடலாமா?" என்றான் மீசைக்காரன்.

"இவன் அப்படிப்பட்டவன் இல்லை..." என்றான் தேவா.

"ஏமாந்துடக்கூடாது தேவா..."

"அது என் பொறுப்பு, நீ கவலைப்படாதே..."

"காலையிலே ஆபீசர்கிட்டே ஆளை ஒப்படைப்பது..."

"என் பொறுப்புன்னு சொல்லிட்டேனே..."

"அப்ப சரி..."

கேசவன் இருந்த அறையில் சின்னச் சின்ன மரப் பெட்டிகள் இருந்தன. காக்கிச் சட்டைகள் ஆணியில் தொங்கி ஆடின. காக்கி அரைக்கால் சட்டைகள் பெட்டிகளின் மேல் கிடந்தன.

தேவா திரும்பி உடைமாற்றிக்கொண்டான். இளம் பச்சைக் காக்கியில் இருந்த தேவாவைப் பார்த்துக் கேசவன் சொன்னான்.

"இந்த உடை உங்களுக்கு ரொம்பப் பொருத்தமா இருக்கு சார்..."

தேவா நிதானமாக அவனைப் பார்த்து, "எனக்கு பொருந்தாத டிரஸ் இது. உம்... தலையெழுத்து..." என்றான்.

மூலையில் சாய்ந்து உட்கார்ந்துகொண்டான் கேசவன். "இரு வர்றேன்" என்று வெளியேறினான் தேவா.

தனியாக விடப்பட்டிருந்ததால், கேசவனுக்குத் தன் நிலை நினைவுக்கு வந்தது. ஒரு வழியாக வந்து சேர்ந்து விட்டோம். இனி விசாரணைகள், தேவைப்பட்டாலும், இல்லையென்றாலும் சித்திரவதைகள். ஆயுள் தண்டனை தரப்படலாம். அல்லது உடன் தீர்த்தும் விடலாம். சிறைக் கம்பிகளுக்குப் பின்னால், மூத்திர நாற்றத்தோடு பன்னிரண்டு ஆண்டுகளா? அதைக் காட்டிலும் சாவது நல்லது? முதுகுத் தண்டு சிலிர்த்தது கேசவனுக்கு. காற்றே வரச் சாத்தியமில்லாத அந்த அறையில் உடம்பு சில்லிட்டது.

'சுமதி' என்று ஒருமுறை முணுமுணுத்தான் கேசவன். சுமதியைப் பற்றி நினைக்கும் போதெல்லாம் புத்தகத்தோடு பள்ளிக்குப் போகும், புள்ளிப் போட்ட பாவாடையும், அரக்கு வண்ண தாவணியும் அணிந்த உருவம் கண்ணுக்கு முன்னால், இந்தா பிடித்துக் கொள் என்று வந்து நிற்கிறது. செப்புக் குடத்தை எடுத்துக்கொண்டு, ஒரு பெரிய செப்புக் குடமே நடந்து ஊருணிக்கு வருகிற மாதிரி உருவம். விடியற்காலையில், உதிர்ந்த மகிழம் பூக்களைக் குனிந்து பொறுக்குகிற, ரோட்டில் ஒரு கூழாங்கல் கிடந்தாலும், 'ஹை' என்று ஆச்சரியத்தோடு எடுத்து, எச்சில் துப்பித் துடைத்து, துருவேறின பழைய ஜாமெட்ரி பாக்சில் போட்டுக் கொள்கிற சுமதி. அரசமரத்து அடித் தாழம்புதரில் செருகிக்கொண்டு, ஆடைக் குலைந்து, மார்பிலும், கன்னங்களிலும், தொடைகளிலும் இரத்தக் காயங்களோடு பிணமாகக் கிடக்கும் சுமதி.

"சுமதி."

"யார்...?" என்று தேவா கேட்டான். வாய் திறந்து தான் முணுமுணுத்து விட்டதை அறிந்து வெட்கம் வந்தது கேசவனுக்கு.

"என் சினேகிதி."

புழுக்கம் தாங்காமல், "வாயேன்... வெளியே உட்காரலாம்" என்று தேவா அழைக்க, இருவரும் வெளியே வந்து உட்கார்ந்தார்கள்.

அந்தப் பழைய வீட்டை அடுத்தத் தோட்டம் வெகு தூரம் பரவி இருந்தது. வரிசையாக மதிலை ஒட்டிக் கிழ மரங்கள் வேம்பு, புன்னை, மா என்று பலவகை மரங்கள். நிலவு இன்னும் இரண்டு நாட்களில் நிறைய இருந்தது.

கேசவன் மூச்சை இழுத்துக்கொண்டே கேட்டான்.

"இங்கே தங்க அரளி மரம் இருக்கா...?"

தேவா ஆச்சரியத்துடம் "இருக்கு" என்றான்.

"வாசனை வருதே..."

"தங்க அரளி உனக்குப் பிடிக்குமா?..."

"சுமதிக்குப் பிடிக்கும். அதை முகரக்கூடாது, மூக்கில் இரத்தம் வருமாம்"

"யாரு சொன்னா?"

"சுமதி"

"யார்?"

கேசவன் சில நிமிஷங்கள் சும்மா இருந்தான். "நாளைக்கு என்னை என்ன செய்யப் போறீங்க...?"

தேவா வேறு பக்கம் திரும்பிக்கொண்டு, "விசாரணை நடக்கும்" என்றான்.

"என்ன விசாரணை?"

"தண்டபாணியைக் கொன்றது நீதானான்னு..."

"ஆமா, நான்தான். ஒத்துக்குவேன். இப்பவே ஒத்துக்கறேன்"

"இதை ஆறு மாதத்துக்கு முந்தியே செய்திருக்கலாமே?"

"முதல்லே பயம்மா இருந்தது. அப்புறமா ஒத்துக்க முடிவு பண்ணினேன். சரண் அடையலாம்னு நினைச்சேன். தோழர்கள்..."

"தோழர்கள்..."

"வேண்டாம்னு தடுத்துட்டாங்க. என்னை எப்படியோ தேடி வந்து அறிமுகப்படுத்திக்கிட்டாங்க. நான் செஞ்சது கொலை இல்லே, சமூக நன்மைகள்னு சொன்னாங்க!"

“அப்புறம் மேலக் காவேரி கொலை வழக்கு, திருவையாறு ரேஷன் கடை கொள்ளையெல்லாம்கூடச் சமூகப் பணிதானா.”

“எனக்கும் இதுக்கும் சம்பந்தம் இல்ல சார்... என்னையும் ஒரு சாட்சியா வச்சுக்கிட்டு அவங்க பேசிக்கிட்டாங்க...”

“அவங்க இருக்கிற இடம் உனக்குத் தெரியுமா?”

“தெரியாது சார்...”

“பொய் சொல்றே.”

“சத்தியமா சொல்றேன் சார், எனக்குத் தெரியாது. அதெல்லாம் என்கிட்டே சொல்ல மாட்டாங்க. அவங்கதான் என்னைத் தேடி வருவாங்க. நான் போனதில்லை...”

அவன் பொய் சொல்லவில்லை என்பதைத் தேவா உணர்ந்தான். அந்த முகம் பொய்ப் பேசுகிற முகமாய்ப் படவில்லை. ஆனால் நாளை விசாரிக்கப் போகிற அந்த ஆபீசர் நம்ப வேண்டுமே. நம்ப மாட்டார். நம்பக்கூடாது என்பதுதான் அவர்களுக்குக் கற்றுத் தந்த அரிச்சுவடிப் பாடம்.

“சந்தேகி. எதையும், யாரையும் சந்தேகி” என்பதே வேதம். தேவா பெருமூச்சு விட்டான்.

நாளை மதியம் சுமார் 2 மணி அளவில், இந்தச் சிறுவனின் விரல் நகக் கண்களில் ஊசி ஏற்றப்படும். மிளகாய்ச் சாந்து மென்மையான உறுப்புகளில் பூசப்படும். ரூல் தடி தொடை மேல் உருட்டப்படும். முரட்டு ஷுக்கள் அணிந்த பாதங்கள் அவன் விரல்களை நசுக்கும்.

வாதா மரத்தடியில், சாய்ந்துக்கொண்டிருந்தான் கேசவன். நிலவு நடுவானத்தில் இருந்தது. எங்கோ சில காக்கைகள் விடிந்து விட்டது என்று தப்பாக எண்ணிக் கரைந்துகொண்டிருந்தன.

“நீ அந்தக் கொலையைச் செஞ்சு இருக்கக்கூடாது கேசவன்” என்றான் தேவா.

“உண்மைதான் சார்... உங்களை மாதிரி ஒரு அண்ணன் எனக்கு இல்லை. இருந்திருந்தா புத்தி சொல்லித் தடுத்திருப்பார். கோபத்தைத் தூண்டி விடத்தான் நண்பர்கள் இருக்காங்க. சுமதியைத் தாழம்புதர்ல பார்த்த மாத்திரத்துல, அந்தக் கணத்துல நான் மிருகமா மாறிட்டேன். நான் மனுஷங்களையே மறந்துட்டேன். அப்பா மூங்கில் சீவ பளபளப்பா, பட்டு மாதிரி ஒரு கத்தி

வச்சிருப்பார். எனக்கு ரொம்ப சௌகரியமா இருந்துச்சி. மூணு நாள் தாழங்காட்டிலேயே மறைஞ்சிருந்தேன். மூணாம் நாள்தான் சந்தர்ப்பம் கெடைச்சது. தண்டபாணி சாயங்காலமாத்தான் தாழங்காட்டுக்கு வருவான். எருக்கஞ்செடி மறைவா உக்காருவான். அன்னிக்கும் உக்காந்தான். கொஞ்சம் இருட்டு. முகம் தெரியற இருட்டுதான். நான் புதரை விலக்கிட்டு வெளியே வந்து அவன் கழுத்துக்குத்தான் குறி வச்சேன். சரசரன்னு சத்தம் கேட்டதும், திரும்பி என்னைப் பார்த்துட்டான். அவனுக்குத் தெரிஞ்சு போச்சு, ஓடத் தொடங்கினான். நான் கத்தியை வீசிட்டேன். அது கால் கண்ட சதையில பட்டு அப்படியே நின்றது. ஐயோன்னு கீழே விழுந்தான் தண்டபாணி. நான் ஓடிப் போய் கத்தியை எடுத்து...!"

தலையைக் கவிழ்ந்துக்கொண்டான் கேசவன். அவன் முதுகு சிலிர்த்தது தேவாவுக்குத் தெரிந்தது.

"சார்... உயிர் பிரிந்தது. என் கண் முன்னால் நடந்தது சார். லேசா அவன் உதடு கோணிச்சு. என்னவோ சொல்ல ஆசைப்பட்டான். சாகிற நேரத்துல எந்த மனுஷனும் உண்மைதானே பேச முடியும். உண்மையைத் தானே சார் நினைக்க முடியும். சுமதியைக் கெடுத்தது தப்புன்னு சொல்ல நினைச்சானோ என்னமோ? தலை துவண்டுப் போச்சு. அந்த நிமிஷத்துலதான் எனக்குத் தோணிச்சு, இந்த மனுஷனோட உயிரைப் பிரிக்க எனக்கு எந்த உரிமையும் இல்லைன்னு... தப்பு செஞ்சதுக்குத் தண்டனை தர நான் யாருன்னு... ஐயோ, எவ்வளவு பெரிய தப்பு பண்ணிட்டேன். தண்டபாணி முன்னால் நின்று அழுதேன். என்னை மன்னிச்சுடுன்னு மன்றாடினேன். யாருகிட்டே நான் மன்னிப்புக் கேக்கறது?"

தலையைக் கால்களுக்குள் புதைத்துக்கொண்டு கேசவன் குலுங்கி அழுவதைத் தேவா பார்த்தான். ஓயட்டும் என்று இருந்தான். ஓய்ந்ததும், "வீட்டுல யார் யாரெல்லாம் இருக்கா கேசவன்?" என்றான்.

"அப்பா மட்டும்தான் சார்..."

புது மலர்ச்சியோடு புதிதாகச் சந்திக்கிற நண்பனிடம் கேட்பதுபோலக் கேசவன் கேட்டான்.

"உங்க குடும்பம் எங்க இருக்கு சார்?"

"பெங்களூரில் அப்பா அம்மா இருக்காங்க. போன வாரம் வரைக்கும் தம்பி இருந்தான். உன் வயசுதான் காலேஜ்ல

படிச்சிட்டிருந்தான். நல்ல வெயிட் லிஃப்ட்டர். பாரம் தூக்கும்போது வெயிட் கழண்டு பின் தலையில விழுந்திருச்சு. எங்களுக்குத் தெரியாது. அவனும் சொல்லலை. அடிக்கடி தலைவலின்னு படுத்துடுவான். மாத்திரை வாங்கிக் கொடுப்போம். ஒருநாள் திடீர்னு நினைவை இழந்தான். அப்புறம்தான் மூளையில கட்டி இருக்கிறதைக் கண்டுபிடிச்சோம். ரொம்பத் தாமதமாயிட்டுது, செத்துட்டான்"

"எப்போ சார்..."

"போன வெள்ளிக்கிழமைதான். நான் முந்தா நேத்துதான் டூட்டியில திரும்பவும் சேர்ந்தேன். உனக்காகத்தான்!"

"சாரி சார்..."

விடிகிற நேரம் நெருங்கிக்கொண்டிருந்தது. கேசவன் சுருட்டி மடக்கிக்கொண்டு தூங்கிக்கொண்டிருந்தான்.

தேவா அவனையே பார்த்துக்கொண்டிருந்தான். இந்த நாள் அவனுக்காக விடியவில்லை என்று அவனுக்குத் தோன்றியது. நாளை சூரியோதயத்தை அவன் பார்க்கப் போவதில்லை என்பதும் அவனுக்குத் தெரியும்.

மனிதன், எந்த ஜீவராசிக்கும் இழைக்கக்கூடாத இம்சைகள், இவனுக்கு நாளை இழைக்கப்படப் போவதை நினைத்துப் பார்த்தான். ஒரு முறை அவனுக்கு உடம்பு அதிர்ந்தது. நியாய, அநியாயங்கள் பற்றியெல்லாம் தான் நினைக்கக்கூடாதவற்றைப் பற்றியெல்லாம் நினைத்தான். கேசவனைத் தப்பவிக்கலாம் என்று ஒரு கணம் தோன்றியது. தப்பிக்கும் மனநிலை இல்லாத, குற்றத்தை ஏற்றுக் கொள்ளும் மனப்பக்குவம் அடைந்து விட்ட மனிதனை என்ன செய்வது என்று தோன்றியது. சஞ்சலத்துக்குள்ளானான் அவன்.

திடீரென்று பறவைகளின் கூட்டுக் கரைசல் காரணமாகத் திடுக்கிட்டு எழுந்து உட்கார்ந்தான் கேசவன்.

"தூங்கிட்டேன் சார்" என்று அசட்டுத்தனமாகச் சொன்னான். பரவிக்கொண்டிருந்த வெளிச்சத்தில் தேவாவைப் பார்த்துச் சொன்னான்.

"இன்னைக்குத்தான் ரொம்ப நாளைக்கு அப்புறம் நிம்மதியாத் தூங்கினேன். ஒவ்வொரு நிமிஷமும் செத்து, செத்து, எப்போ

போலீஸ் வருமோ, எப்போ மாட்டிக்குவோமோன்னே நினைச்சுட்டு இருக்கிறதாலே தூக்கமே வராது!"

மலர்ந்து வரும் புதிய வெளிச்சத்தில் பரவி விரிந்த தோட்டத்தை ஆச்சர்யத்தோடு பார்த்தான். "எவ்வளவு அழகான தோட்டம் சார் இது..." என்றான். வெகு தூரத்தில் புறக்கடைக் கதவை ஒட்டிப் பெரிய மரமாய் இருந்த தங்க அரளியைப் பார்த்தான். பூக்கள் உதிர்ந்து கிடப்பதை இருந்த இடத்திலிருந்தே அவனால் பார்க்க முடிந்தது. எடுத்து முகர ஆசை எழுந்தது.

"சார்... அந்த மரத்துக்கிட்டே போய் பூ பொறுக்கிட்டு வரட்டுமா...?"

"செய்யேன்."

கேசவன் எழுந்து நடந்தான்.

அந்த நிமிஷத்தில்தான் தேவாவுக்கு அந்த யோசனை தோன்றியது. பாய்ந்து அறைக்குள் சென்று துப்பாக்கியை எடுத்து வந்தான். எந்த நிமிஷத்திலும் பயன்படுத்தத் தக்கவாறு தயார் நிலையில் இருந்தது அது.

கேசவன் குனிந்து பூக்களைப் பொறுக்கிக்கொண்டிருந்தான். தேவா குறிபார்க்க சில வினாடிகளே போதுமானவையாக இருந்தன.

வெடிச்சப்தம் கேட்டு, மரப் பறவைகள் அலறிக்கொண்டு பறந்தன. சத்தம் இல்லாமல் சரிந்து விழுந்தான் கேசவன்.

"என்ன... என்ன" என்றவாறு பலர் ஓடி வந்தார்கள்.

"தப்பிச்சு ஓடினான்; சுட்டுட்டேன்!" என்றான் தேவா.

"வெல்டன்" என்று கைகுலுக்கினான் மீசைக்காரன். "இல்லேன்னா நாம கம்பி எண்ண வேண்டியிருக்கும்" என்றான்.

தங்க அரளி மரத்தடிக்குச் சென்றார்கள். கேசவன் உயிர் பிரிந்திருந்தது. பூ பொறுக்கினபோது இருந்த புன்னகை மாறாமல் இருந்தது அவன் முகத்தில்.

ஒரு சிறுவனைக் காப்பாற்றி விட்ட நிம்மதி தேவாவுக்கு. மனம் மட்டும் அழுதுகொண்டிருந்தது.

1984

காயம்பட்ட மாலை வானம்

“**கா**லாஸ்ரீன்னு நீங்களே வச்சுக்கிட்டீங்களா? இல்லே உங்க அப்பா அம்மா வெச்ச பேரா?”

“அப்பா அம்மா வச்சது ‘ஆண்டாளம்மா’ன்னு, மூர்த்தி சார். அப்பா அம்மான்னா சொன்னேன்! எங்க அப்பாவை நான் பார்த்ததுகூட இல்லே. அம்மா வச்ச பேர்தான். சினிபீல்டுக்கு அது ஒத்துக்காதேன்னு நான்தான் கலாஸ்ரீன்னு பேரை மாத்திக்கிட்டேன். நான் ஃபீல்டுக்கு வந்தப்போ, வாணிஸ்ரீ ரொம்ப பாப்புலரா இருந்தாங்க. நானும் அவங்க மாதிரி புகழ்ப் பெறணும்”னு கலாஸ்ரீன்னு வச்சுக்கிட்டேன். என்ன பிரயோஜனம்?”

கலா சிரித்துக்கொண்டுதான் சொன்னாள். கசந்துகொண்ட சிரிப்பு. மெல்லிய சல்லாத்துணியைப் போல வருத்தம் அவள் முகத்தில் கவிந்தது. முதல் இடத்தைக் குறி வைத்து மூன்றாம் இடத்தில் வந்து நின்ற ஓட்டப் பந்தயக்காரனின் ஏக்கம் அது. மூர்த்தி அவசரமாகப் பேச்சை மாற்றினான்.

“அப்படியென்றால் கலாஸ்ரீ அவர்களே... தங்கள் மேனி அழகைக் காப்பாற்றுவது யானை மார்க் சோப்தான் என்கிறீர்களா?”

பொக்கென்று, கையிலிருந்து வழுக்கிக்கொண்டு பறக்கும் புறா மாதிரி சிரிப்பு அவளிடமிருந்து வெளிப்படும். அழுத்தமாகப் பூசிய உதட்டுச் சாயம் காரணமாகப் பளீரிட்டுத் தெரியும் வெள்ளைச் சிரிப்பு. ஒரு காகத்தைப்போலத் தலையைச் சற்றே சாய்த்துக்கொண்டு, சிங்கப்பல் தெரியச் சிரிக்கறச் சிரிப்பு.

மூர்த்திக்கு அவள் வருத்தத்தைச் சட்டென்று போக்கிவிட்ட நிம்மதி ஏற்பட்டது. கலாவை எப்போதும் சந்தோஷப் படுத்திக்கொண்டே இருக்க வேண்டும் என்று அடிக்கடி தோன்றுகிறதே மூர்த்திக்கு. இது சமீப காலமாகத்தான்.

ஒரு தெலுங்குப் படத்தில் கலா, அக்காவாகச் சிறப்பாக நடித்ததை டைரக்டர் பார்த்திருக்கிறார். ஓர் அக்காவுக்கேற்ற சதைப் பற்றான உடம்பு அவளுக்கு இருக்கவே டைரக்டருக்குப் பிடித்துப் போய் விட்டது.

"மூர்த்தி, நம் படத்திலும் ஒரு அக்கா கேரக்டர் இருக்கில்லையா? அதுக்குக் கலாவைப் போடலாம்னு தோணுது, போய்ப் பார்த்துப் 'பிக்ஸ்' பண்ணிட்டு வாங்களேன்."

மூர்த்திக்கும் கலாவுக்கும் இப்படிதான் பரிச்சயம் ஏற்பட்டது. தி. நகரின் கௌரவமான பகுதியில் அவள் வீடு இருந்தது. மணிபர்ஸ் மாதிரி அடக்கமான வீடு. ஹாலில் வசதியான சோபாக்கள். தவணை முறையில் வாங்கிய வாசனை, எப்படியோ வீசிற்று. விளக்குகள் அதிகப் பிரகாசமும் குறைவும் இன்றி மிதமாக எரிந்தன. சுவர் வண்ணம் இளம் பச்சையில் கண்ணைக் குளுமைப்படுத்தியது.

மூர்த்தி தன்னை அறிமுகப்படுத்திக்கொண்டான். தமிழ்ப்படம் என்றதும் கலாவுக்குக் கண்கள் விரிந்தன. கணத்தில் முகத்தில் ஒரு சந்தோஷம்.

"கதை என்னன்னு நான் கேட்டா, கோவிச்சுக்க மாட்டீங்களே?"

"எதுக்காகக் கோவம்?"

"இல்லே... கதாநாயகிக்கு மட்டும்தான் கதை சொல்வீங்க... என்னை மாதிரி இரண்டாம் தர நடிகை கதை கேட்டா, திமிருன்னு சொல்வாங்க..."

மூர்த்தி கதையைச் சொன்னான்.

"குடும்பத்தைக் காப்பாத்த தியாகம் பண்ற அக்கா சப்ஜெக்டா? கடைசியில் லொக் லொக்குன்னு இருமிக்கிட்டே சாகிறாளா அந்த அக்கா"- என்று கேட்டாள் கலாஸ்ரீ சிரித்துக்கொண்டு.

"இருமாமலே சாகிறா"

மூர்த்திக்கு அவள் மேல் ஏனோ ஓர் ஒட்டுறவு ஏற்பட்டு விட்டது. வாக்கியத்துக்கு முற்றுப்புள்ளி மாதிரி, ஒவ்வொரு

பிரபஞ்சன் | 73

தரம் பேசி முடித்தபோதும், சிரிப்போடுதான் முடிப்பாள் அவள். முடியாமல் கூந்தலைக் காற்றில் பறக்கவிட்டுக்கொண்டு இருக்கிற அந்தப் பாணியா? முதல் சந்திப்பிலேயே தயக்கம் ஏதுமின்றிச் சரளமாகப் பேசுகிற அந்த வித்தியாசமா? மிக மெல்லியதாக, நாசிகளை மயிலிறகுகொண்டு தடவி விடுகிறாற் போன்ற நாகரிகமாக அவள் உபயோகித்த மேனாட்டுச் சென்ட்டின் மணமா? எல்லாமும் தானே, அவள். கலாவையே அந்த அக்கா பாத்திரத்துக்குப் போடலாம் என்று டைரக்டரிடம் சொன்னான்.

முதல் நாள் படப்பிடிப்பில், வசனத்தைச் சொல்லிக் கொடுக்கப் போன மூர்த்தியின் கால்களில் அவள் விழுந்து கும்பிட்டாள். வீட்டில் மனைவியாய் இருக்கும் சுமதியைத் தவிர, வேறு யாரும் அவன் கால்களில் விழுந்து கும்பிட்டதில்லை. அவனுக்கு வேர்த்துப் போய்விட்டது.

“இதெல்லாம் எதுக்கு...?”

“நீங்க இப்ப என் குரு ஸ்தானத்தில் இருக்கீங்க மூர்த்தி சார். அதுக்குத்தான்...”

வசனத்தைச் சொன்னான். சமையல் அறையிலிருந்து அக்கா வெளிப்பட்டு, “நீங்க நல்லா படிச்சு, நல்லா வேலைக்குப் போயி நல்லா சம்பாதிக்கணும். அதுதான் என் இலட்சியம்” என்று தன் தம்பி தங்கைகளைப் பார்த்துச் சொல்ல வேண்டும். முதல் நாள் படப்பிடிப்பில், முதல் டேக். மங்களகரமான வசனத்தோடு மூர்த்தி ஆரம்பித்ததை டைரக்டர் பாராட்டி விட்டு, கலாவின் பக்கம் திரும்பி, “முதல் ஷாட் முதல் டேக்கிலேயே ஓகே ஆகணும்” என்று விட்டு, ஒத்திகைக்குப் போனார்.

கலா, ஒத்திகையில் ஒழுங்காகச் செய்தாள். டேக்கின்போதுதான், அவள் திறமையும் அனுபவமும், வெளிப்பட்டன. சமையல் அறையிலிருந்து வெளிப்பட்ட கலா, சரியான இடத்தில் நின்று, ஆர்க்லேம்பின் வெளிச்சத்தைத் தன் பக்கவாட்டு முகத்தில் முழுசாக வாங்கிக்கொண்டு, தரையில் உட்கார்ந்து பாடம் படித்துக்கொண்டிருக்கும் தன் தம்பி, தங்கைகளை தலையைக் குனியாமலும், தரையைப் பார்க்காமலும் இடுப்பளவு உயரத்தில் பார்த்து, லேசாகக் கிளிசரின் இல்லாமலேயே கண் கலங்கி வார்த்தைகளைத் தகுந்த இடைவெளிகளோடு ஒடிக்காமல் வெளிப்படுத்தினாள். ஷாட் முதல் டேக்கிலேயே ஓ. கே. ஆயிற்று.

கேமராவும், விளக்குகளும் கோணம் மாறுகிற இடை நேரத்தில் மூர்த்தி கலாவிடம் சொன்னான்.

"கங்கராட்ஸ்... ரொம்ப நல்லா பண்ணீங்க!"

கலா அவனை ஆழ்ந்து நோக்கி விட்டுச் சொன்னாள்.

"ரொம்ப தேங்க்ஸ் மூர்த்தி சார்... என்னையும் பாராட்டற முதல் ஆள் நீங்கதான் சார்... ரொம்ப நன்றி..." என்றாள். அழுது விடுவாள் போல் இருந்தது.

இரண்டாவது ஷெட்யூலுக்காக, ஆந்திர எல்லையை ஒட்டிய ஒரு கிராமத்துக்குப் படக் குழு சென்றிருந்தது. கலா தன் அண்ணனுக்கும் சேர்த்து டிக்கெட் வாங்கச் சொல்லியிருந்தாள். வாங்கவும் பட்டது. கடைசி நேரத்தில் "அண்ணன் வரல்லையேன்னு வருத்தமா?" என்றான் மூர்த்தி.

கலா அவனைப் பார்த்துச் சிரித்தாள். மாலை ஆறு மணிக்கு ஷூட்டிங் முடிந்து இரவு சாப்பாட்டுக்கு முந்தைய சில மணி நேரங்கள் மூர்த்திக்கும் கலாவுக்கும் பேசும் நேரமாக, சிந்திக்க தனித்து உலாவ உகந்த நேரமாய் வாய்த்தது. இருவருமே அந்த நேரத்தை எதிர்பார்த்திருந்தனர்.

"அண்ணனா?" மீண்டும் அவள் சிரித்தாள். பாறையில் உட்கார்ந்து, முகத்தை முட்டியில் புதைத்த வண்ணம் ஆகாயத்தைப் பார்த்துக்கொண்டிருந்தனர்.

'வாணிஸ்ரீ மாதிரி ஜொலிக்காது தோற்றுப் போன வாழ்க்கை... பட அதிபர்கள் எனக்கு எனக்கு என்று கால்ஷீட்டுக்குக் காத்திருக்கப் போகிறார்கள் என்கிற பிரமை... இவனிடம் எதை, எப்படிச் சொல்வது...' வானம் காயப்பட்டு இரத்தம் சிந்திக் கிடந்தது. முகத்தைத் தொடைகளில் புதைத்துக்கொண்டாள். முதுகு அதிர்ந்து குலுங்கியது. மூர்த்திக்குச் சொரேல் என்றது. ஒருவாறு ஆறுதலாகி அவளே சொன்னாள்.

"அவன் என் அண்ணனில்லை மூர்த்தி"

"அண்ணன்னு அன்னைக்கு முதல் நாள் உங்க வீட்டுக்கு வந்தப்போ அறிமுகப்படுத்தினீங்களே."

"அப்படித்தான் அவன் எனக்கு ஒரு பாதுகாப்பு. நடிகையா இருந்தா என்ன ஒரு பெண், ஓர் ஆணோட பாதுகாப்பு இல்லாம வாழ முடியாதே. வாழ அனுமதிக்கிறதும் இல்லையே..."

"பின்னே, அவன் யாரு..."

"இப்போதைக்கு நான் அவனுக்குச் சொந்தம். எப்படியோ நான் அவன்கிட்டே சிக்கிட்டேன். மீள வழி தெரியல்லே. இந்தப் படம் நல்லா ஓடி..."

பிரபஞ்சன் | 75

"நல்லா ஓடி...?"

கலா அவனைப் பார்த்துச் சிரித்தாள்.

"அப்புறம் சொல்றேன் மூர்த்தி..." என்று விட்டு எழுந்து கொண்டாள். வானம் காயம் ஆறிச் சமனப்பட்டுக் கிடந்தது. எங்கோ ஒரு பிறை அசட்டுத்தனமாக வெளிப்பட்டது.

"நீங்க ஏன் ஓங்க ஒய்ப், குழந்தைகளை மெட்ராசுக்குக் கூட்டி வரல்லே மூர்த்தி சார்?"

"வார்த்தைக்கு வார்த்தை என்னை சார் சார்னு சொன்னா, நான் எப்படிக் கூட்டி வர்றது? இந்தப் படம் நல்லா ஓடி..."

"ஓடி...?"

"ஓடினா நம்ம யூனிட்டுக்கு தொடர்ந்து வேலை கிடைக்கும். அப்போ கூட்டி வரலாம்னு இருக்கேன்..."

"சரி மூர்த்தி சார்..." என்று விட்டு அவள் ஓடினாள்.

படம் முடியும் நிலையில் இருந்தது. ஹோட்டல் வாஞ்சியில், முதலிரவுக் காட்சிகளுக்கென்றே அலங்காரம் செய்யப்பட்ட அறையில் படப்பிடிப்பு இரவும் பகலுமாக நடந்துகொண்டிருந்தது. சாயங்காலமே கலா சொன்னாள்.

"மூர்த்தி டைரக்டர் ரூம் சாவியை வாங்கி வச்சுக்குங்க. இரவுச் சாப்பாடு நம்ம ரெண்டு பேருக்குமே வீட்டிலேந்து கொண்டு வரச் சொல்லியிருக்கேன்; சேர்ந்து சாப்பிடணும்" என்றவள், கொஞ்சம் நெருங்கி வந்து, "டைரக்டர் சாவி தரமாட்டார்னு தெரிஞ்சா தனியாகவே ஒரு ரூம் போட்டுடுங்க." என்றாள். சில நிமிஷங்கள் கழித்து, "உங்களோடு நான் கொஞ்சம் பேசணும்" என்றாள் தலையைத் தாழ்த்திக்கொண்டு.

மூர்த்திக்குச் சில்லென்று வயிற்றில் ஐஸ் கட்டிகள் இறங்கின பாதம் தரையில் பாவாததை உணர்ந்தான். தொண்டையில் நீர் வற்றிப்போய் விட்டதுபோல் இருந்தது. தண்ணீர்க் குடித்தான். உடம்பெங்கும் ஒரு பரவசம் ஓடித் துளிர்த்தது. அது ஓர் அழைப்பு என்பதை அவனால் உணர முடிந்தது. அவனை ஒரு பெண், ஒரு சினேகிதி, முழுவதுமாக ஏற்றுக் கொள்கிற சுவீகாரம். இந்த வழியாலும் ஒரு பெண் ஓர் ஆணுக்குச் செய்கிற கௌரவம்.

"நான் ரெஸ்ட் எடுக்க முடியாது. நீங்க ரூமுக்கே சாப்பாடுகொண்டு வரச் சொல்லிச் சாப்பிட்டு, கொஞ்சம்

ரெஸ்ட் எடுத்துக் கிட்டு வந்துடுங்க" என்று டைரக்டர் சாவியைக் கொடுத்து விட்டார். கலா வீட்டிலிருந்து உணவும் வந்தது. அவள் அவனிடம் சாவியை வாங்கிக்கொண்டு, "சீக்கிரம் வாங்க" என்று கிசுகிசுத்து விட்டுப் போனாள்.

மூர்த்தி சஞ்சலப்படத் தொடங்கினான். ஓர் இனம் புரியாத அச்சம் அவனுக்கு ஏற்பட்டது. ஏதோ ஒன்று அந்த அறைக்குச் செல்வதினின்றும் அவனைத் தடுத்தது. திடீரென்று குழம்பிப் போனான். நிகழவிருப்பதை அவன் விரும்பவில்லை என்று சொல்ல முடியாது. அதை எதிர் கொள்ளும் தைரியத்தை இழந்தவனாகி, டைரக்டர் பக்கத்தில் போய் உட்கார்ந்துகொண்டான். இருட்டைக் கண்டு பயப்படும் குழந்தைபோலத் தன்னைச் சுற்றிச் சிலர் இருக்க வேண்டும் போல் இருந்தது அவனுக்கு.

"சாப்பிடல்லியா..." என்று கேட்டார் டைரக்டர்.

"பசியில்லை..."

"வரீங்களா ரெண்டு பெக் விஸ்கி சாப்பிடுவோம்"

"வேணாம் சார். வேலை நேரத்தில் சாப்பிடக்கூடாது. பெண்கள் கிட்டே போய் வசனம் சொல்லித் தரணும். அவங்க தப்பா நினைக்கக் கூடும். மரியாதை போயிடும்..."

ரூம் பாய் வந்து, "மூர்த்திங்கிறது யார் சார்" என்றான். கூட்டத்தைப் பார்த்து இவன் எழுந்து போனான். "அந்த அம்மா 151க்கு உங்களை உடனே வரச் சொன்னாங்க சார்" என்று கூறிவிட்டுப் போனான்.

மூர்த்தி மீண்டும் வந்து டைரக்டர் பக்கத்து நாற்காலியில் உட்கார்ந்துகொண்டு, வசனங்களைப் பார்க்கத் தொடங்கினான். எழுத்துக்கள் நெளிந்து நெளிந்து சென்றன. மூளை வேலை செய்வதை நிறுத்தியது போல் இருந்தது. நிமிஷங்கள் யுகங்களாய்க் கரைய, கலா வந்து சேர்ந்தாள். சாவியை வாங்கிக் கொள்ளப் போனவனிடம் "இப்படி வாங்க, ப்ளீஸ்" என்று குரோட்டன்ஸ் ஜாடிகளின் பக்கத்தில் போய் நின்றாள்.

"என்ன சார் இப்படி என்னை ஏமாத்திட்டீங்களே" பாதி கடித்த ரொட்டி மாதிரி வளர்ந்திருந்த நிலவைப் பார்த்துக்கொண்டு நின்றான் மூர்த்தி. அவன் கண்களைப் பார்த்து, "என்னை மன்னிச்சிடுங்க சார்" என்று கூறிவிட்டுப் போய்விட்டாள்.

அடுத்த ஷாட்டுக்கான வசனத்தைச் சொல்லக் கொஞ்சம் தயக்கத்தோடேயே கலாவை அணுகியவனுக்கு ஆச்சர்யம் காத்திருந்தது. துடைத்து விட்டாற்போலப் பளிச்சென்று கொஞ் சமும் வித்தியாசம் இல்லாமல் அவனை வரவேற்றாள் அவள்.

மாலை நான்கு மணி அளவில் படப்பிடிப்பு முடிந்து தேங்காய் சுற்றி உடைத்தார்கள். மூர்த்தியே நின்று கலாஸ்ரீயின் கணக்கைத் தீர்த்துப் பணம் வாங்கிக் கொடுத்தான். பணத்தைப் பெற்றுக்கொண்டு, கைப்பைக்குள் பணத்தை வைத்துக்கொண்டு நிமிர்ந்தவள், அவனைப் பார்த்து உதடுகள் துடிக்க அழத் தொடங்கினாள். பொங்கிகொண்டு வந்தது அழுகை.

“கலா ப்ளீஸ் வாங்க...” என்றாவறு மொட்டை மாடிக்கு அழைத்துச் சென்றான்.

“மூர்த்தி சார்... எந்தக் கம்பெனியிலும் இப்படி என்னை ‘பிரன்டிலியா’ நடத்தினது இல்லை சார். அதுக்கு உங்களுக்குத்தான் நான் நன்றி சொல்லணும். புக் பண்ண மூணாம் நாள்லேந்து கம்பெனிக்காரங்க வீட்டுக்கு வருவாங்க... நீங்க ஒரு நாள்கூட என்கிட்ட தப்பா நடந்துக்கிட்டது இல்லை. அன்னைக்கு உங்களுக்காக ரூம்ல காத்துக்கிட்டிருந்தேன். அப்பகூட நீங்க அதை ‘யூஸ்’ பண்ணிக்கலை. நான் உங்ககிட்டே சொல்ல நினைச்சது இதுதான் சார்... நான் உங்களுக்கு மனைவி ஆகி, உங்களோட பாதுகாப்பில் வாழணும்னு ஆசைப்பட்டேன். உங்களுக்குக் குடும்பம் இருக்கிறது எனக்குத் தெரியும். நீங்க ஒரு ஜென்டில்மேன் சார். நீங்க எப்ப வேணாலும் என் வீட்டுக்கு வரலாம். அவசியம் வரணும். நீங்கதான் என்னோட ஒரே பிரன்ட்...” என்றவள், முகத்தை மூடிக்கொண்டு அழத் தொடங்கினாள்.

அழுது ஓயட்டும் என்று அவன் இருந்தான். அவளும் ஓய்ந்தாள். “ரொம்ப நன்றி மூர்த்தி சார்... நான் வர்றேன். இப்ப உங்க முடிவைச் சொல்ல வேணாம்... என்னைக் காப்பாத்துங்க” என்று விட்டு, இரண்டிரண்டுப் படிகளாக இறங்கிச் சென்று, கம்பெனிக் காரில் ஏறிக்கொண்டாள்.

1985

சுமதிக்கு ஒரு கடிதம்

என் அன்பான சுமதிக்கு,

உன் கடிதம் இப்போது என் கைகளில். இன்று வருமோ, நாளைக்கு வருமோ, என்று வருமோ என என் ஊனும் உயிரும் விழித்திருந்து எதிர்பார்த்த உன் கடிதம் இப்போது என் கைகளில் என் கைகளுக்குள் நீயே இருப்பதாக ஓர் எண்ணம். தப்பில்லையே! கடிதங்கள் மனிதர்களின் வேறு வடிவங்கள்.

உனக்கு ஒரு மகிழ்ச்சியான செய்தி. வீடு கிடைத்து விட்டது. நம் வீடு பெரிய தெருவை ஒட்டி, தீப்பெட்டி மாதிரி அடக்கமான வீடு. பெரிய சாப்பாட்டு மேஜை அளவுக்கு ஒரு சின்ன முற்றம் இரண்டு அறைகள். பெரிசாய் இருந்தால் கூட்டிப் பெருக்க உனக்குத்தானே சிரமம். சின்னச் சின்ன அறைகள். ஒன்று, நம் நண்பர்களை வரவேற்று உட்கார்த்தி வைத்துப் பேச, உபசரிக்க. மற்றொன்று நாம் உறங்க, உன் வயிற்றுக்குள் இருக்கிற நம் குழந்தையையும் சேர்த்து நம் மூவர்க்கு இது அரண்மனை. தோட்டமும் உண்டு. உனக்கு ரொம்ப பிடிக்குமே, கிணறும் இருக்கிறது. உன்னைப் போன்ற தண்ணீர் பிசாசுகளுக்குக் காலையும், மாலையும் சேந்திச் சேந்தி விட்டுக்கொண்டு குளிக்க ரொம்ப வாகு. அனுபவி. வீட்டைப் பார்த்தால் தெருத் திண்ணைத் தாத்தாவைப் பார்ப்பது போல் இருக்கிறது. பழசுதான். தோட்டத்தில் கொஞ்சம் மண்ணும் இருக்கிறது. எனக்குத் தெரியும் வந்ததும் வராததுமாக அதில் நீ ரோஜா, மல்லிகை, கனகாம்பரச் செடிகள் வைப்பாய். அவை பொத்துக்கொண்டு முளைத்துப் பூப்பூவாய் புஷ்பித்துத் தொங்கும் உன் கை பட்டால்தான் பட்டமரம் தழைக்குமே.

நீயும் நானும் இல்லறம் நடத்திய அந்தச் சின்னப் புறாக் கூண்டிலிருந்த அத்தனைச் சாமான்களையும் எப்படிப் புது வீட்டில் கொண்டு சேர்க்கப் போகிறேன் என்று கவலைப்பட்டு எழுதியிருக்கிறாய். எனக்கும்தான் கவலையாய் இருந்தது. கவலையை விடு. எல்லாம் சுகமாக முடிந்தது. எனக்கு ஒரு நண்பனையும் பெற்றுத் தந்தது.

பரசுராம் சொந்தத்தில் வாடகை வண்டி வைத்திருக்கிறார். நம் வாடிக்கைக் காய்கறிக் கடைக்காரர்தான். பரசுராமை எனக்கு அறிமுகப்படுத்தி வைத்தார். மறந்து விட்டேனே, காய்கறிக் கடைக்காரர் கேட்டார்.

"அம்மா எப்ப சார் வருவாங்க..."

"இன்னும் நாலு மாசம் ஆகும்."

"அவ்வளவுதான் ஆவுமா சார்..."

"இப்பத்தானே ஒன்பதாம் மாசம், குழந்தை பிறந்து மூணு மாசமாவது ஆனாதானே இங்க வரமுடியும்..."

"கவலைப்படாதீங்க சார்... ராஜா மாதிரி பிள்ளையோடதான் அம்மா வருவாங்க..." ஆக, கடைக்காரரின் வார்த்தையைக் காப்பாற்றி ராஜா மாதிரி ஆண் குழந்தையோடு வரப் போகிறாயா அல்லது ராணி மாதிரி பெண் குழந்தையோட, எனக்கு எதுவானாலும் சம்மதம்தான். ரோஜாவாக இருந்தால் என்ன, மல்லிகையாய் இருந்தால் என்ன? பூக்களில் என்ன உசத்தி, தாழ்த்தி?

"எவ்வளவு சாமான்கள் தேறும் சார்... கட்டீல் பீரோ இருக்கா?" என்றார் பரசுராமன்.

"கட்டில் பீரோ எல்லாம் இல்லை. சும்மா மூன்று மூட்டைச் சாமான்கள். ரெண்டு மூன்று அட்டைப் பெட்டிகள்."

ஐந்து கிலோ மீட்டர் தூரம்தான் இருக்கும். நூற்றுப் பத்து ரூபாய் கேட்டார்.

"ரொம்ப அதிகமா இருக்கிறதே" என்றேன்.

"ஒரே ரேட். நூறு ரூபாய் குடுத்துடு சார்" என்றார், பல்லில் கவ்விய பீடியும், வாய் வழியாக வழிந்த புகையோடும். ஒப்புக்கொண்டேன். சாமான்களைக்கொண்டு வந்து வண்டியில் ஏற்ற, கிளீனர் உதவி செய்வான் என்றும் அவனுக்கு தனியாக

ரூபாய் பத்தும் கேட்டார். சரி என்றேன். சொன்னபடி நேற்று காலை ஒன்பது மணிக்கெல்லாம் வந்து சேர்ந்து விட்டார்.

சுமதி, இந்த ஊருக்கு வந்து புதுக் குடித்தனம் தொடங்கிய நாள் உனக்கு நினைவிருக்குமே. இரண்டே இரண்டு பெட்டிகளோடுதான் நாம் வந்தோம். இந்த ஓராண்டு காலத்தில் சிறுகச் சிறுக எவ்வளவு வீட்டுப் பொருள்களைச் சேர்த்தாய். கரண்டி முதற்கொண்டு அரிவாள் மனை வரை எதற்கும் என்னிடம் நீ எதிர்பார்த்து நின்றதில்லை. அது இல்லை இது இல்லை என்று என்னிடம் ஒரு நாளும் நீ அலுத்துக்கொண்டதில்லை. பக்கத்து வீட்டுக்குச் சென்று, அந்த வீட்டு ஆட்டுக்கல்லில் மாவரைத்துக்கொண்டு, அந்த மத்யான நேரத்தில் நீ திரும்பி வருவதைக் கண்டிருக்கிறேன். நெற்றியில் வெள்ளைப் பாளங்களாகக் கோர்த்த வியர்வையில்தான் நீ எவ்வளவு அழகாய்த் தோன்றினாய். உழைப்பு தானே மனிதனுக்கு அழகைத் தருகிறது; அதிலும் பிறருக்கென்று உழைப்பதில்தானே மனித மேன்மை சுடர் விடுகிறது. அந்தக் கோலத்தில் உன்னை முத்தமிட வேண்டும் எனத் தோன்றும். 'ஐயோ, இந்த மத்தியான நேரத்துல...' என்பாய் நீ. அந்த ஊற்று சுரந்துக்கொள்ள நேரம் காலம் பார்ப்பதில்லையே.

நீ வாங்கிச் சேர்த்த பொருள்கள் இரண்டு சாக்கு மூட்டைகளை விழுங்கின. மூன்று அட்டைப் பெட்டிகளை நிறைத்தன. பரசுராம் வரும்போது நான் புத்தகங்களைச் சாக்குப் பையில் போட்டுக்கொண்டிருந்தேன்.

"இவ்ளோ புஸ்தகங்களா? இதெல்லாம் காசு குடுத்தா வாங்குனீங்க..." என்றார். அவருக்குத்தான் எவ்வளவு ஆச்சரியம். பொம்மைக் கடையைப் பார்த்து வியந்து போகிற குழந்தையைப்போல அவர் இருந்தார். அவர் படித்தவர் இல்லை. அவருக்கு வேன் ஓட்டத் தெரிந்திருக்கிறதே. எனக்கு அது தெரியாதே. ஆகவே இரண்டு பேரும் சமம் என்றேன். மனிதர் என்னமோ போலாகி விட்டார். என் வயசுதான் அவருக்கு. 'பேக்' பண்ணுவதில் எனக்கு மிகவும் ஒத்தாசையாக இருந்தார். டீ வரவழைத்து இரண்டு பேரும் கிளீனர் பையனுக்கும் கொடுத்துச் சாப்பிட்டோம்.

நீ திரும்பத் திரும்ப எனக்கு எழுதி நினைவுப்படுத்தியது மறக்காது. பிளாஸ்டிக் குப்பைக் கூடையை துடைப்பத்தைக்கூட எடுத்துக்கொண்டேன். நீ விரும்பிய நீயே மிச்சம் பிடித்து வாங்கி வந்து மாட்டிய அந்தப் பெரிய கண்ணாடி அல்லவா

அது? உடைந்து விடக்கூடாது என்கிற உதப்பல். உடையாமல் காப்பாற்றிக்கொண்டு வந்து விட்டேன்.

மூட்டைகள் அத்தனையும் கட்டி முடித்து வெளியே வரும்போதுதான், அந்தப் பூச்சாடிகளைப் பார்த்தேன். என் பழைய நினைவுகள் அவை கீறிவிட்டு விட்டன. நான்குப் பூந்தொட்டிகள். ஒன்றில் மணி பிளான்ட்டும், ஒன்றில் பச்சையும் மஞ்சளுமான ஒரு வகைக் குரோட்டன்சும், ஒன்றில் பட்டு ரோஜாச் செடியும் ஒன்றில் பெங்களூர் வகைப் பூவும்.

அந்த நாட்கள்தான் எவ்வளவு ரம்மியமானவை. சம்பளம் வந்த மாலையில் நாம் 'ஷாப்பிங்' போய் வரும் போதெல்லாம் மாதத்துக்கொன்றாக நீ வாங்கி வந்த பூந்தொட்டிகள் அவை. உன் சினேகிதிகளின் வீடுகளுக்குச் சென்று ஒடித்துக்கொண்டு வந்து வைத்த செடிகள். அவை ஒற்றை ஒற்றையாக நட்டு வைத்த செடிகள். இப்போது நீ வந்து பார்க்க வேண்டுமே. பல்கிப் பெருகி விட்டன. ஒற்றைத் தண்டு கிளைத்துக் கிளைத்துப் பல செடிகளாகி விட்டன. காலையும் மாலையும் தவறாமல் நீர் வார்த்து, மொட்டு வைத்தபோது 'ஹை' என்று துள்ளி மகிழ்ந்தாயே ஒற்றைப் பூ அன்று முதல் நாள் பூத்தப்போது நீ அடைந்த ஆனந்தத்தை இப்போது நான் நினைத்துக் கொள்கிறேன். நான் பறிக்கப் போனேன்.

"உஸ்... பூக்களைப் பறிக்கக்கூடாது" என்றாய்.

"உன் தலையில் வைக்கத்தானே" என்றேன்.

"ஊகும்..." என்று மறுத்து விட்டாய். தெருவில் போகிற பூ ஒன்றை விடாமல் வாங்கி வைத்துக் கொள்பவள்தான் நீ. ஆனாலும் உன் தொட்டியில் நீ வளர்த்த பூவைப் பறிக்க மறுக்கிறாய்.

அந்தப் புறாக் கூண்டிலிருந்து விடை பெறும்போது மனசுக்குக் கஷ்டமாயிருந்தது. நம்மோடு வாழ்ந்த வீடல்லவா? அதற்கும் ஒரு முகம் உண்டல்லவா?

பரசுராமன் கொண்டுவந்த வேனைப் பார்த்ததும் எனக்குத் திக்கென்றது. இரண்டாம் நெப்போலியன் காலத்து வாகனமோ என்று தோன்றியது. புதைத்து இரண்டு நூற்றாண்டுகளுக்குப் பிறகு கல்லறையை விட்டு எழுந்து வந்தது போல் இருந்தது.

"என்னங்க வண்டி இது..." என்று கேட்டேன்.

"வண்டியைப் பார்த்தா ஒரு மாதிரித்தான் இருக்கும் சார்... இந்த 'மேக்' இப்ப எவன் கிட்ட சார் இருக்கு. சும்மா குந்து..."

என்றார். கடவுளை வேண்டிக்கொண்டு ஒழுங்காகப் போய்ச் சேர வேண்டுமே என்று அவர் பக்கத்தில் அமரப் போனேன். அப்போதுதான் கவனித்தேன். அந்தச் சீட்டில் ஒரு பத்துப் பனிரெண்டு வயசுப் பெண் உட்கார்ந்திருந்தாள்.

"ஒத்திக்கம்மா... ஒத்திக்க சாருக்கு இடம் குடு."

அது அவர் பக்கமாக ஒதுங்க, நான் அமர்ந்துகொண்டேன். "என் பொண்ணு சார்" என்றார். வெட்கப்பட்டுச் சிரித்தது அது. வறுமையும், இல்லாமையும் மனிதர் முகத்தில் எழுதியிருக்கும் பொம்மை மாதிரி இருந்தது அது. ரெட்டைச் சடை... ஏதோ ஒரு சாயம் போன வண்ணத்தில் சட்டையும் பாவாடையும் அழகான குழந்தைதான். உன்னைப்போலவே அரிசிப் பற்கள். கொஞ்சம் பெரிசான கருங்கண்கள். இரண்டே விரல் நெற்றி, குமிழ்ந்து இருக்கும் உதடுகள்.

"படிக்கிறியா...?"

"உம்..."

"என்ன கிளாஸ்...?"

"ஆறாம் கிளாஸ்!" பட்டென்று தயங்காமல் பதில் சொல்லிற்று. சூட்டிகை.

"இது எங்க போறது?" என்று பரசுராமனைக் கேட்டேன்.

"இதும் பெரியம்மா வீட்டுக்குப் போறது சார். உங்களைக் கொண்டு போயி தில்லைக்கேணியில் உட்டுட்டு அப்படியே பட்டாளம் போகணும்!"

"பள்ளிக்கூடம் போலியா."

அவர் ஏனோ பேசவில்லை. அந்தப் பெண்தான் பேசினாள்.

"பொஸ்தகம் வாங்கித் தந்தாதானே பள்ளிக்கூடம் போறதுக்கு..."

நான் அவரைப் பார்த்தேன்.

"பச், பொட்டைக் குட்டிக்குப் படிப்பு என்னத்துக்கு சார்" என்றார்.

வண்டி ஊர்ந்துகொண்டிருந்தது. ஆமாம், ஊர்ந்தது இன்னும் கொஞ்சம் வேகமாகப் போகலாமே என்றதுக்கு "பிரேக் மக்கார் பண்ணுது சார். அது ஒண்ணுதான் நம்ம

பிரபஞ்சன் | 83

வண்டில பேஜார்" என்றார் அவர். சைக்கிளில் சாதாரணமாக மிதித்துக்கொண்டு வருபவன்கூட எங்களைக் கடந்து, திரும்பிப் பார்த்துவிட்டு போனதுதான் என்னவோ போலிருந்தது. வண்டி வாழைப்பழக்கடை வரிசையைக் கடந்தபோது, பரசுராமனை ஓரம் கட்டி நிறுத்தச் சொன்னேன்.

கஸ்தூரியை இறங்கச் சொன்னேன். "எதுக்கு சார்?" என்றார் பரசுராம். "நீ இறங்கி வாம்மா!" என்றதும் அவள் இறங்கிக்கொண்டாள். அங்கு ஒரு புத்தகக் கடை இருக்கும். கணக்கு, விஞ்ஞானம் தவிர மற்ற புத்தகங்கள் கிடைத்தன. வாங்கிக் கொடுத்தேன். அந்த இரண்டு புத்தகங்களும் ஆக பதினைந்து ரூபாயை அந்தப் பெண்ணுக்குக் கொடுத்து, "இதை வைத்து வேறு கடையில் வாங்கிக் கொள். அப்பா கேட்டால் கொடுக்காதே...!" என்றேன். வண்டியை விட்டு இறங்கி வந்து என் பக்கத்தில்தான் நின்றிருந்தார் பரசுராம். "எதுக்கு சார் இதெல்லாம்..." என்று கேட்டார். நாக்குத் தழுதழுத்தது அவருக்கு. கல்லூரிக்குப் போக வேண்டும் என்கிற ஆசை இருந்தும், பள்ளியோடு உன் படிப்பு தொடராமல் போன ஆசை நஷ்டத்தை என்னிடம் நீ சொல்லி வருந்தியதை நான் மறக்கவில்லை.

மூட்டைகளையும், பெட்டிகளையும் எல்லோருமே சுமந்துகொண்டு போய் அறைகளில் வைத்தோம். காலையிலிருந்து சாப்பிடாமல் இருந்ததை வயிறு அப்போதுதான் நினைவுருத்தியது.

"வாங்களேன்... காபி சாப்பிடலாம்" என்று கூப்பிட்டதற்கு "வேணாம்... சார், வேணாம் சார்" என்றார் அவர். வெட்கப் படும்போது பெண்களைக் காட்டிலும் ஆண்கள் கவர்ச்சிகரமாகி விடுகிறார்கள். வற்புறுத்தி அழைத்துப் போனேன். முதலில் தோசை எனக்கு அதுவே போதுமானதாக இருந்தது. ஆனால் அவர்கள் சாப்பிட வேண்டும் என்பதற்காக, கூட பரோட்டாவும் சாப்பிட்டேன். அந்த மூன்று பேரும் கூச்சத்தோடும், வெளித் தெரிகிற மகிழ்ச்சியோடும் சாப்பிட்டார்கள். சுமதி! பிறர் மகிழ்ந்து சிரிப்பதைப் பார்ப்பதே மனசுக்கு இன்பம் தரும் அனுபவம்.

உண்டு முடித்து, ஓட்டலின் குட்டி மாதிரி ஓட்டலுடன் ஒட்டிக்கொண்டிருக்கும் பெட்டிக்கடைக்கு வந்தோம். "உங்களுக்கு என்ன பீடி" என்றேன் பரசுராமனிடம். "அதெல்லாம் வேணாம்" என்றார். "பரவாயில்லை சொல்லுங்க" என்றேன். மீண்டும் "ஐயோ வேணாம் சார்" என்றார் அவர். கஸ்தூரி, அப்பா புகைக்கும் பீடியின் பெயரைக் கூறிற்று. ஒரு கட்டும் தீப்பெட்டியும் வாங்கிக்

கொடுத்தேன். வாங்கிப் பையில் போட்டுக்கொண்டார்.

வீட்டுக்கு வந்தோம். அவர் பேசியபடி, வண்டிச் சத்தம் நூறும் உதவி ஆளுக்குப் பத்தும் கொடுத்தேன். ஏனோ குனிந்த தலையோடு வாங்கி, "ரொம்ப நன்றி சார்" என்று கூறிவிட்டுப் போனார். கஸ்தூரி தலையாட்டி விடை பெற்றாள். மணிக்கூண்டுக் கடிகாரத்தின் முள்களைப் போன்ற இரட்டை ஜடை. இப்படியும் அப்படியும் ஆடியது.

வண்டி பெரும் சத்தத்தோடு புறப்பட்டுப் போனது கேட்டது. அறையில் ஜன்னல் இருந்தது. காற்று தயக்கமில்லாமல் வரும் போகும். சுமதி. அந்தப் புறாக்கூண்டுப் புழுக்கமும், அவஸ்தையும் இனி உனக்கும் குழந்தைக்கும் இல்லை. உடன் நல்ல ஃபேன் வாங்கிப் பொருத்திவிட வேண்டும் என்று யோசித்துக்கொண்டிருக்கும்போதே, கஸ்தூரி திரும்பி வந்தது.

"என்னம்மா?" என்றேன்.

"அப்பா இதை உங்ககிட்ட கொடுத்துட்டு வரச் சொல்லிச்சு" என்றவாறு சில ரூபாய் நோட்டுகளைக் கொடுத்தது. எண்ணிப் பார்த்தேன். அறுபது ரூபாய் இருந்தது. ஐம்பது ரூபாய் மட்டும்தான் அவர் எடுத்துக்கொண்டிருந்தார். பேசியது நூறு ரூபாய்.

"வாடகை அதிகமா கேட்டுடிச்சாம் அப்பா. மன்னிச்சுக்கச் சொல்லுச்சு..." என்றது அது திக்கித் தடுமாறிக்கொண்டு... லேசான வருத்தமும், கூச்சமும் அந்தக் குழந்தையின் முகத்தில் தெரிந்தது.

"பரவாயில்லேம்மா... எனக்கு அம்பது ரூபாய் பெரிய விஷயமில்லை. வச்சுக்கச் சொல்லு..." என்று திருப்பிக் கொடுத்தேன்.

"ஊகும்" என்று உன்னை மாதிரியே தலையசைத்துச் சொல்லி விட்டு பின் நகர்ந்துகொண்டது.

"நல்லா படிக்கணும், என்ன, உனக்கு எப்போ, எது தேவையானாலும் என்கிட்ட வா" என்றேன்.

"சரி" என்றது அது. தலையைக் குனிந்துகொண்டது.

"எதுக்கு இப்போ அழறே...?" என்றேன் நான். அது பதில் சொல்லாமல் ஓடிப் போய்விட்டது.

சுமதி, உன்னை விடச் சிறப்பாகச் சமைக்க இந்த ஓட்டல் காரர்களுக்குத் தெரிந்திருக்கிறது என்பது உண்மைதான். ஆனால் நீ எனக்கு ஊட்டிய உணவில் இருக்கிற உள்ளார்ந்த அன்பு,

பிரபஞ்சன் | 85

காதல் ஓட்டல் உணவுகளில் எப்படிக் கிடைக்கும்? சுமதி... மாலை வேளைகளில் நீ வைத்து வளர்த்த இந்தச் செடிகள் ஏனோ வாடிப் போகின்றனவே ஏன்? இந்தப் புது வீட்டில் நீ இல்லாமையால் ஒலி எழாத கிணற்று ராட்டையும், காய்ந்து போன துவைக்கல்லும் என்னை இம்சிக்கின்றன.

திருவல்லிக்கேணியில், மனிதர்களைக் காட்டிலும் மாடுகளே வீதிகளில் சுதந்திரமாக உலாவுகின்றன. இவை மனிதர்களோடே இருந்து முட்டுகிற தங்கள் பூர்வ குணங்களை இழந்து சாதுவாகி விட்டன. வண்ணச் சுவரொட்டிகளைத் தின்று பசியாறுகின்றன. எனினும் வெள்ளையாகவே பால் கறக்கின்றன.

சிரிப்பாய், சிரி... குழந்தையோடும், பரவசம் பொங்குகிற முகத்தோடும், பால் வாசனை தங்கியிருக்கிற உடம்போடும் என்னிடம் வரும் நாள், என்று வரும் என எதிர்பார்த்திருக்கும்

உன்
கிருஷ்ணமூர்த்தி

பின் குறிப்பு: "அண்ணி என்னைக்கண்ணே வரும்?" என்று பரசுராமன் நேற்று வந்து கேட்டுவிட்டுப் போனார். கஸ்தூரி உன் போட்டோவைப் பார்த்து, "ஹை, ரொம்ப அழகா இருக்காங்களே" என்கிறது. ஒழுங்காகப் பள்ளிக்கூடம் போகிறாளாம். ஆக, உலகமே உன் வரவை எதிர்பார்த்துக்கொண்டிருக்கிறது, தாயே!

1985

சைக்கிள்

கன்றுக்குட்டி மாதிரி நின்றிருந்தது சைக்கிள். வலது கைப்பக்கம் தலையைத் திருப்பிக்கொண்டு, கன்றுக்குட்டி பார்ப்பதுபோலவே மாமாவைப் பார்த்துக்கொண்டிருந்தது.

நடுக்கூடத்தில் கோவணத்தோடு உட்கார்ந்து கொண்டார் மாமா. அவருக்கு முன்னால் அரைப்படி நல்லெண்ணெய்க் கிண்ணம். அவ்வளவையும் உச்சி முதல் உள்ளங்கால் வரைக்கும் அரைக்கித் தேய்த்து உடம்புக்குள் இறக்கியாக வேண்டும் மாமாவுக்கு 'சனி நீராடு' என்கிற வாக்கியத்தை அசரீரி உத்தரவாகவே எடுத்துக்கொண்டு சனிக்கிழமை அரை நாளை எண்ணெய் ஸ்நானத்துக்கென்று அவர் அர்ப்பணித்துக்கொண்டார்.

முதலில் எண்ணெய்க் கிண்ணத்தில் நடுவிரலை விட்டு, மூன்று சொட்டு எண்ணெயைத் தரையில் வைப்பார். அந்த மூன்று புள்ளிகளையும் வழித்துத் தலையில் தேய்த்துக்கொண்ட பிறகுதான் உள்ளங்கையில் எண்ணெயை விட்டு உச்சந்தலையில் ஆவி பறக்கத் தேய்ப்பார். "கோலம் மாதிரி புள்ளி வைக்கறீங்களே... எதுக்கு மாமா...?" என்று ஒரு நாள் அவரைக் கேட்டேன்.

"என்னமோ... எங்க அப்பா அப்படிப் பண்ணுவார். நானும் பண்றேன்."

உடம்பு முழுக்க அரைப்படி எண்ணெயையும் செலுத்தியான பிறகு சைக்கிளண்டை வருவார். அதற்குள் சைக்கிளண்டை தேங்காய் எண்ணெய்க் கிண்ணமும், துணிக்கிழிசலும் வந்துவிட வேண்டும். சுலோச்சனா அத்தை தவறாமல் இதைச் செய்துவிடும்.

இல்லையெனில் மாமாவுக்குக் கோபம் பொத்துக்கொண்டு வரும். "ஒரு அற்ப காரியம். இதைச் செய்யத் துப்பில்லடா உங்க அத்தைக்கு. இவளைக் கட்டிக்கிட்டு சீரழிறதைக் காட்டிலும் ஒரு கழுதையைக் கட்டிக்கிட்டு குடும்பம் நடத்தியிருக்கலாம்" என்பார்.

நெருப்பு வைக்காமல் பேசத் தெரியாது அவருக்கு. சுலோச்சனா அத்தை எனக்கு அம்மாவுக்கும் மேலே. என் மேல் அத்தனை அன்பாக இருக்கும். திருப்பி மாமாவைச் சூடாக ஏதேனும் கேட்க வேண்டும் போல் இருக்கும் எனக்கு. "வெளியே போடா நாயே..." என்று அந்த நிமிஷமே சொல்லி விடுவார். அப்புறம் வீட்டுக்குள் தலைகாட்ட முடியாது. சுலோச்சனா அத்தையைக்கூடப் பார்க்காமல் இருந்து விடலாம்தான். அத்தையின் பெண் சுமதியைப் பார்க்காமல் என்னால் இருக்க முடியாதே. சோப்புப் பெட்டி மாதிரி சிக்கென்று அழகாக, அளவாக இருக்கிற சுமதி.

பெரும்பாலும் சனிக்கிழமை எனக்கு விடுமுறையாகவே இருக்கும். காலையே பலகாரம் சாப்பிட்ட கையோடு அத்தை வீட்டில் ஆஜராகி விடுவேன். மாமா சைக்கிளுக்கு எண்ணெய் போடும்போது நான் உடன் இருக்க வேண்டும்.

முதலில் துணியால் சைக்கிளின் மேல் படர்ந்திருக்கும் தூசு தும்பைத் துடைக்க வேண்டும். மாமா சைக்கிளுக்குப் பக்கத்தில் சம்மணம் போட்டு உட்கார்ந்துகொண்டு செயினின் ஒவ்வொரு பல்லுக்கும் சொட்டுச் சொட்டாக எண்ணெய் விடுவார். துணியில் லேசாக எண்ணெய் தொட்டுக்கொண்டு பட்டறை, ஹாண்டில் பார், குறுக்குப் பட்டைகள் எல்லாவற்றுக்கும் மினுமினுப்பு ஏற எண்ணெய் போடுவது என் பொறுப்பு. சக்கரப் பட்டையும், பட்டறையும் சும்மா பற்றிக்கொண்டு எரிகிற மாதிரி இருக்க வேண்டும் மாமாவுக்கு. சைக்கிளுக்கு எண்ணெய்க் காப்பு முடிந்ததும், கொஞ்சம் தள்ளி நின்று அதைப் பார்ப்பார். குழந்தையைப் பார்க்கிற உற்சாகம் அவர் முகத்தில் ததும்பும். அப்புறம் பெடலை வேகமாக மிதித்துச் சக்கரத்தைச் சுழல விடுவார். சக்கரம் மயங்கிக்கொண்டு சுற்றும். சரக்கென்று பிரேக் போடுவார். உதறிக்கொண்டு நிற்கும் சக்கரம். சைக்கிள், சுமதி, நான் மற்றும் அத்தை எல்லோரும் தன் பிடிக்குள் இருக்கிறார்கள் என்கிற நம்பிக்கையோடு குளிக்கப் போவார்.

சைக்கிளை அவர் தவிர வேறு யாரும் தொடக்கூடாது. ஒருமுறை, மாமா அப்பால் போனதும், பெடலை வேகமாகச் சுழற்றி பிரேக் போட்டேன். வந்து விட்டார் மாமா. "கையை எடுடா கம்மனாட்டி" என்றார்.

அது பிரான்ஸிலேயிருந்து வந்த சைக்கிள். அந்தத் தேசத்திலிருந்து வந்த எதுவும் அவருக்கு உன்னதம். வெள்ளைக்காரர்கள் அவருக்குக் கடவுள் மாதிரி. (நாங்கள் இருந்தது பாண்டிச்சேரியில். பிரெஞ்சு ஆட்சி நடந்து வந்த காலம்)

மாமா குளியல் அறைக்குள் போன பின்னால், எனக்குக் காப்பி வரும். அத்தை சுமதியிடம் கொடுத்தனுப்பும். ஒரு சனிக்கிழமையின் அற்புதமான கணம் அது. நானும் சுமதியும் பேசிக் கொள்ள ஒன்றுமில்லை. பேசினால் தானா? 'ரொம்ப சூடாக இருக்கே காப்பி. ஆற்றிக் கொள்ள இன்னொரு டம்ளர் கொடேன்' என்று நான் ஏதேனும் பேசத் தோன்றும். அதுவே போதும்தானே?

குளியல் அறையிலிருந்து கதம் சோப்பின் மணம் கூடத்துக்கு வந்தது. உடம்பைச் சிலிர்க்க வைக்கிற மணம். மல்லிகையா? மருக்கொழுந்தா? ஜவ்வாதா? எல்லாம் கலந்து, ஒரு மணம். கப்பல் வழி வந்த சோப். மாமா குளிக்காமல் இருப்பார். ஆனால் வேறு சோப்பைத் தொடமாட்டார்.

"வைத்தி சாப்புட்டானா" என்று கேட்டுக்கொண்டே குளியல் அறையிலிருந்து வெளி வந்தார்.

"நான் வீட்டுல ஆப்பம் சாப்பிட்டுதான் மாமா வந்தேன்."

"பரவாயில்லை, ரெண்டு தோசை சாப்பிடு."

அதற்கு மேல் நான் ஒன்றும் பேச முடியாது. சனிக்கிழமை மாமா எண்ணெய்த் தலை முழுகுகிற அன்றைக்கு காலையில் தோசையும், போட்டிக் கறியும். மத்தியானம் கறிக்குழம்பும், ஈரல் வறுவலும், ராத்திரியில் ரொட்டியும் கறிக்குழம்பும். உலகம் புரண்டாலும் இந்த 'மெனு' மாறக்கூடாது.

தோசை வந்தது. சாப்பிடத் தொடங்கினேன். மாமா அறையிலிருந்து பவுடர் வாசனை வந்தது. இதுவும் கப்பல் சரக்குத்தான். இதன் பேர்கூட எனக்குத் தெரியாது. நாங்கள் 'குட்டிக்கூரா'வைத் தாண்டி வந்திருக்கவில்லை. மாமா உபயோகிப்பதோ, ஒரு வெள்ளைக்கார வாசனை. பந்து மாதிரி மேலே சுருட்டித் தூக்கிப் போகிற, பக்கென்று மூக்கை இடிக்காத, வருடிக் கொடுக்கிற நாகரிகமான வாசனை.

அரைமணியில், வெளியே கிளம்புகிற ஆடையோடு மாமா வெளிப்பட்டார். பட்டுச்சட்டை, வாயில் வேஷ்டி, மஞ்சளும் இல்லாத சந்தன நிறமும் அல்லாத ஒரு வண்ணச் சட்டை, புத்தம் புதிது. வெயில் பட்டால் எரிகிற மாதிரி மினுக்கும் சட்டை.

"சட்டை ரொம்ப நல்லா இருக்கு மாமா."

"சும்மாவா? கப்பல்ல வந்த பட்டுடா. இந்த மாதிரி உங்க நாட்டுல ஒரு பயலுக்கு நெய்யத் தெரியுமா? சும்மா, உங்க அப்பன் மாதிரி வேலையத்த ஆளுக வெள்ளைக்காரனை 'வெளியேறுங்க வெளியேறுங்க'ன்னு கத்திக்கிட்டு இருந்தா ஆச்சா? வெள்ளைக்காரன் போயிடுவானா? இந்த மாதிரி ஒரு சைக்கிள், கச்சிதமா, கனம் இல்லாமே நாள்பட்டு உழைக்கிற மாதிரி ஒண்ணு பண்ண முடியுமாடா இந்த ஊர் ஆளுங்களாலே? காந்தி சொன்னாருன்னு கோணித் துணியைக் கட்டிக்கிட்டுத் திரிஞ்சா, வெள்ளைக்காரன் பயந்துடுவானாக்கும்" என்றவாறு சைக்கிளின் ஸ்டாண்டை நீக்கினார். ஸீட்டை மெதுவாகத் தடவிக் கொடுத்தார்.

கோணித்துணி என்றது கதரை. காந்திக் கட்சிக்காரனான என் அப்பாவைச் சொன்னால், அத்தைக்குச் சுருக்கென்னும். "சும்மா எதுக்கு எங்க அண்ணனைப் பேசறது" என்று கேட்டது அத்தை.

"அடடே... டே... டே" என்று பவிஷு காட்டினார் மாமா. அப்புறம் "நான் துரையைப் பார்த்துப் போட்டு வந்துடறேன். கோயில் பண்டாரம் வந்தான்னா இருக்கச் சொல்லு" என்று கிளம்பினார்.

மாமாவுக்கு மல்லாக்கொட்டை ஏற்றுமதி வியாபாரம். அதன் தொடர்பாக வெள்ளைக்காரத் துரைமார்களின் சினேகிதம் அவருக்கு. அதில் மர்த்தேன் துரையோடு அவருக்கு நெருக்கம். மர்த்தேன்தான் அவருக்கு மதுப்பழக்கத்தை ஏற்படுத்தியவன்.

சனிக்கிழமை எண்ணெய்க் குளியல் முடித்துக் கிடங்குக்குப் போய் மேற்பார்வை பார்த்துவிட்டுப் பன்னிரண்டு மணி அளவில், மாமா வீடு திரும்பினால், மிளகு ரசம் தயாராய் இருக்க வேண்டும். ரசம் குடித்து, அரை மணி கழித்துச் சாப்பிட்டுப் படுத்தால் உடம்பு வலியெல்லாம் ஓடிப் போய்விடும் என்று மாமா நம்பினார். மர்த்தேன் ஒருமுறை சொன்னாராம். "ரம் சாப்பிடுங்க மூஸே நட்ராஜன். ரம் கொஞ்சம் சாப்பிட்டு, அப்புறமா சாப்பாடு எடுத்துக்கிட்டுப் படுங்க. ரெண்டு மணி தூங்கி எழுந்தீங்கன்னா, உடம்பு வில்லு மாதிரி வளையாதா?"

மர்த்தேன் ஒரு பாட்டில் ரம்மும் வாங்கிப் பழக்கப்படுத்தி அனுப்பி வைத்தானாம். மர்த்தேன் வாக்கை வேதமாக ஏற்று ஒழுகி வந்தார் மாமா.

மத்தியானம் வந்தபோது அவருக்காகப் பண்டாரம் காத்திருந்தார். “பண்டாரம், திருவிழா ஏற்பாடெல்லாம் ரொம்பப் பிரமாதமா இருக்கணும்... போன வருஷம் மாதிரி இல்லே இந்த வருஷம். துரைமாருங்கள வரச் சொல்லியிருக்கேன். துரை கூத்துப் பார்க்கோணும்னார். மாலையெல்லாம் பெரிசா, நறுவிசா இருக்கணும். துணைக்கு இவனையும் வச்சுக்கோ...”

திரௌபதி அம்மன் ஒரு நாள் உற்சவத்தை மாமா ஏற்றுச் செய்தார். அவர் பொறுப்பேற்றுச் செய்கிற நாள், ரொம்ப விசேஷமாக மற்ற நாள்களைக் காட்டிலும் வித்தியாசமாக இருக்க வேண்டும் என்று நினைப்பார். கூட வெள்ளைக்கார அதிகாரிகள் வேறு விழாவிற்கு வருகிறார்களே. மாமாவுக்குப் பரபரப்பு, என்னையும் பண்டாரத்தையும் விரட்டி விரட்டி வேலை வாங்கினார்.

அன்று மாமா ரொம்பக் கலையாகக் கம்பீரமாக இருந்தார். பட்டுச் சட்டையும், பட்டு வேஷ்டியும், பட்டுச் சால்வையும் மேலே என்னமோ பிரான்ஸ் சென்ட் தடவியிருந்தார். கிட்டே போய் முகர்ந்து பார்க்கத் தூண்டும் வாசனை. அத்தை, நான், சுமதி எல்லோரும் கோயிலுக்கு நடந்தோம். முன்னே மாமா தலை நிமிர்ந்து இரண்டு பக்கமும் கம்பீரமாகப் பார்த்துக்கொண்டு நடந்தார். கிட்டத்தில்தான் கோயில். ஆகவே மாமாவின் சைக்கிளை நான் தள்ளிக்கொண்டு நடந்தேன். ஆசை தீரப் பிரேக் போட்டுக்கொண்டும், தள்ளிக்கொண்டும் நடந்தேன். ஏறி ஒரு வட்டம் அடித்தால் தேவலை என்றிருந்தது. மாமா கொன்று விடுவாரே!

உள்ளே போய் சுவாமி தரிசனம் பண்ணிக்கொண்டு மைதானத்துக்கு வந்தோம். கூத்துக் கம்பத்துக்கு முன்னால் நாலு நாற்காலிகள் போட்டிருந்தார்கள். கீழே ஜமக்காளம். நாங்கள் ஜமக்களாத்தில் அமர்ந்துகொண்டோம். மாமா நாற்காலி ஒன்றில் அமர்ந்துகொண்டார். வெளிச்சம் இன்னும் இருந்ததால் கியாஸ் லைட் பொருத்தம் இல்லாமல் எரிந்துகொண்டிருந்தது. சரியாக ஆறு மணி அடிக்கும்போது, மர்த்தேன் துரை மனைவியுடன் வந்தார். கூடவே ஒரு போலீஸ்காரத்துரையும் வந்தார். மாமா எழுந்தோடிச் சென்று நாற்காலியில் உட்காரச் செய்தார். கோயில் காரியக்காரர் வந்து மூன்று பேருக்கும் மாலை போட்டார். வெள்ளைக்காரர்கள் ரொம்ப சந்தோஷமாக நீலக் கண்ணால் சிரித்தார்கள். செம்பட்டைத் தாடி மர்த்தேனுக்கு.

இன்னொருவருக்கு வெறும் சிவப்பு மீசை. மஞ்சள் வெண்ணெயில் குங்குமம் போட்டுக் கலந்த மேனி.

மாமா அனுமதியுடன் கூத்துத் தொடங்கியது. 'கர்ணமோட்சம்' துரியோதனன் வந்து ஆக்ரோஷமாக வட்டமடித்து ஆடிப் பேசி உள்ளே போனான். துரியோதனனைத் தொடர்ந்து விதி ஒரு வெள்ளக்காரன் உருவத்தில் வந்தது.

மர்த்தேனுக்குப் பெரியவரும், முக்கிய அதிகாரியுமான செபஸ்தீஸ் தன் மனைவியோடு மைதானத்துக்கு வந்தார். கூட்டத்தில் சலசலப்பு எழவே, மாமா திரும்பிப் பார்த்தார். எழுந்து செபஸ்தீனை நோக்கி ஓடினார். பின்னால் நான் அறிய நேர்ந்தது இது. மர்த்தேன், தான் கூத்துப் பார்க்கப் போகும் விஷயத்தைப் பேச்சு வாக்கில் செபஸ்தீன் துரையிடம் சொல்லியிருக்கிறார். துரை தன் மனைவியிடம் அதைச் சொல்ல, அவளோ 'இந்தியர் நாடகத்தைப் பார்த்து விடுவது' என்று கிளம்பி வந்து விட்டாள், புருஷனோடு.

மாமா நின்றுகொண்டிருக்க வேண்டி வந்தது. அவருடைய நாற்காலியில் துரையும், மற்றோர் அம்மா இருந்த நாற்காலியில் துரை மனைவியும் உட்கார்ந்துகொண்டார்கள். காரியஸ்தர் மாமாவுக்காக நாற்காலி தேடி ஓடினார். மாமாவுக்கு நிற்பது ஒரு மாதிரியாக இருந்திருக்கும் போல் தோன்றியது. அங்கவஸ்திரத்தால் முகத்தைத் துடைத்துக்கொண்டார். நல்லவேளையாக நாற்காலி வந்தது. மாமா கடைசியாக இருந்த துரை மனைவியின் பக்கத்தில் நாற்காலியைப் போட்டுக்கொண்டு அமர்ந்தார்.

எனக்கு நேர் எதிரே மாமா இருந்தார். துரைசானி திரும்பி இடப்பக்கம் இருந்த மாமாவைப் பார்ப்பது தெரிந்தது. வலப்பக்கம் இருந்த கணவனின் பக்கம் திரும்பி அவர் காதில் என்னவோ சொன்னாள். பெரியதுரை, அடுத்திருந்த மர்த்தேனிடம் கிசுகிசுத்தார். மர்த்தேன் எழுந்து வந்து மாமாவைத் தனியே அழைத்துப் போனார். அவர்கள் பேசியதைப் பின்னால் மாமா மூலம் நான் அறிந்தேன்.

"மன்னிக்கணும் முஸே நட்ராஜன்."

"என்னங்க?..."

"நீங்க பக்கத்தில் உக்காருவது துரை மனைவிக்குப் பிடிக்கல்லே..."

"பிடிக்கல்லியா... எதுக்கு?"

"நான் நினைக்கிறேன், என்ன இருந்தாலும் நீங்க எங்களுக்குச் சரிசமமா உக்காரலாமா? அதுவும் ஒரு பொது நிகழ்ச்சியில்..."

மாமாவுக்கு யாரோ கன்னத்தில் அறைந்ததுபோல இருந்திருக்கிறது. அவர் பேசாமல் திரும்பி வந்தார். எங்களோடு ஜமக்காளத்தில் அமர்ந்துகொண்டார். தலையைக் கவிழ்ந்துகொண்டு உட்கார்ந்திருந்தார். அந்த நேரத்திலும் அவருக்கு வேர்த்திருந்ததைக் கவனித்தேன். திடுதிப்பென்று, "சரி... போகலாம் வாங்க..." என்று கிளம்பினார். எந்தக் கேள்வியும் இல்லாமல் நானும், அத்தையும், சுமதியும் கிளம்பினோம்.

திரும்பும்போது மாமா தலை கவிழ்ந்துகொண்டு வந்தார். நான் சைக்கிளைத் தள்ளிக்கொண்டு உடன் வந்தேன்.

அடுத்த சனிக்கிழமையும் நான் மாமா வீட்டுக்குப் போனேன். மாமா எண்ணெய் ஸ்நானம் செய்தார். ஆனால் சைக்கிளுக்கு எண்ணெய் போட உட்காரவில்லை.

"மாமா... சைக்கிளுக்கு எண்ணெய் போடலாமா...?"

குளியல் அறைக்குள் புகப் போனவர் நின்று என்னைப் பார்த்தார்.

"ம்... வைத்தி... உனக்கு இந்தச் சைக்கிள் மேல ரொம்ப ஆசை இல்லியா...?"

"ஆ... மா... மாமா..."

"நீயே இதை வச்சுக்கோ... இன்னிலேந்து அது உனக்குதான் சொந்தம்..."

குளியல் அறை கதவு சாத்திக் கொள்ளும் சப்தம் கேட்டது.

1984

தட்சணை

நான் ஆறாம் வகுப்பு வந்தபோது, அப்பா எனக்குப் பேனா வாங்கிக் கொடுத்தார். மை போட்டு எழுதும் பேனா. பிரான்ஸ் தேசத்தது. அதன் உடம்பு சிவப்பு, நீள மிளகாய்ப் பழம் மாதிரி மேலே விரலில் மோதிரம் போட்ட மாதிரி வளையம், வளையமாகப் பொன் கம்பிகள் சுற்றிய பேனா. வெயிலில் முன்னுகிற கூழாங்கல் மாதிரி மினுங்கியது. முள்ளோ ஒரு தங்கத் துண்டு. முதன் முதலில் எல்லா மனிதர்களும் செய்வது போல், என் பெயரைத்தான் தாளில் எழுதிப் பார்த்தேன். பாசியில் கால் வைத்தாற் போல் வழுக்கிக்கொண்டு ஓடியது. ஆ! இது எனக்காகவே செய்த பேனா.

பேனா கைக்கு வந்ததும், நான் பெரியவனாகி விட்டதாய் உணர்ந்தேன். ஏனெனில் பெரியவர்கள் எல்லாம் பேனா வைத்திருக்கிறார்களே! வைத்திருப்பது மட்டுமின்றி உயிர் மாதிரி அதைப் பாதுகாக்கவும் செய்கிறார்களே. ஊரிலிருந்து ஒவ்வொரு முறை மாமா வரும்போதும், அவருடைய 'பிளாக் போர்டு' பேனாவை மேசையில் வைக்கையில் என்னைப் பார்த்து, "ஜாக்கிரதை! உன் வால்தனத்தையெல்லாம் சுருட்டி வச்சுக்கிட்டு இரு. இந்தப் பேனாவைத் தொட்டியோ, தோலை உரிச்சு உப்புக்கண்டம் போட்டுடுவேன், தெரிஞ்சுக்க" என்று எச்சரிக்கை செய்தார்.

'சர்தான் பெரிய கொம்புப் பேனா. உலகத்திலேயே இல்லாத பேனா, ரொம்பத்தான் கிராக்கி பண்ணிக்காதே' என்றேன் மனசுக்குள்.

அதுவரை நானும், என் சக மாணவர்களும் மை தொட்டு எழுதும் எருக்கட்டைப் பேனாவால்தான்

எழுதி வந்தோம். இறகுக் கட்டைதான் எருக்கட்டை என்று எங்கள் நாவில் வழங்கி வந்தது. பச்சை, மஞ்சள், சிவப்பு எனப் பல நிறத்தில் இறகுக் கட்டைகள் விற்கும். தனியாக அரையணாவுக்கு வெள்ளை முள் கிடைக்கும் வாங்கிச் சேர்த்துக் கொள்ள வேண்டும்.

நாட்டு வைத்தியரின் பேதி மாத்திரை போல், கறுப்புக் கறுப்பாக மை வில்லைகள் கிடைக்கும். வாங்கிப் பொடி செய்து தண்ணீரில் கரைத்துக் கொள்ள வேண்டும்.

மை கரைக்கிற கலை பெரியவர்களுக்கு மாத்திரமே கை வந்தது. ஒரு நாளும் சரியான அளவுக்கு நான் மை கரைத்தது இல்லை. ஒன்று, மை வில்லைகளைக் கட்டிக் கட்டியாக நுணுக்கி தண்ணீரைக் கொஞ்சமாகக் கலந்து மை பண்ணுவேன். மை வராது. பருப்புப் பாயசம் மாதிரி வரும். அல்லது தண்ணீரை அதிகமாகக் கொட்டி விடுவேன். சாயத் தண்ணீர் மாதிரி வரும். அப்பா மத்தியானம் சாப்பிட்டுவிட்டுச் சுருட்டுப் பிடிக்கத் தொடங்கும் நேரமே, இது போன்ற காரியங்களுக்குக் கர்ம சிரத்தையாக, எவ்வளவு அன்போடும், ஆதரவோடும், இப்பணிவிடைகளை எனக்குச் செய்தார் அப்பா!

புதுப் பேனா வந்த அன்றைக்கு இட்லிகூட இறங்கவில்லை எனக்கு. சட்டையை மாட்டிக்கொண்டு, சட்டைப் பாக்கெட்டுக்குள் பேனாவைச் சொருகிக்கொண்டு பள்ளிக்கூடத்துக்கு ஓடினேன். பை ரொம்ப சின்னது. ஆகையால் பேனாவை நேராகச் சொருக முடியவில்லை; சாய்த்து ஒரு மாதிரி சொருகிக்கொண்டு, ஒரு கையால் அது கீழே விழுந்து விடாமல் பிடித்துக்கொண்டு ஓடினேன்.

காக்கா மணிக்கூண்டைக் கடந்துதான் பள்ளிக்கூடம் போக வேண்டும். எங்கள் ஊரில் ரெண்டு மணிக்கூண்டு. நான் சொன்னது சின்ன மணிக்கூண்டை, மணிக்கூண்டு மணிக்குக் கண்ணாடி இருக்காது. ஆகவே முள்களில் காக்கைகள் வந்து உட்கார்ந்து, எப்போது பார்த்தாலும் மணி ஆறரையைக் காட்டும். சின்ன முள்ளோ, பெரிய முள்ளோ எட்டுக்கோ, மூன்றுக்கோ வருமானால், ஒரு காக்கை எங்கிருந்தோ வந்து உட்காரும். முள் சர்ரென்று வழுக்கிக்கொண்டு ஆறுக்கே வந்து விடும். ஆகவே அதன் பேர் காக்கை மணிக்கூண்டு.

மணிக்கூண்டைக் கடந்து, மகாத்மா காந்தி தெருவில் நுழைகிறேன். என் வகுப்பிலும், மேல் வகுப்பிலும் படிக்கும்

பையன்கள் பள்ளிக்கூடத்துக்கு விரைந்து கொண்டிருக்கிறார்கள். சின்னப் பயல்கள் ஒவ்வொருத்தனும் மடக்கிய சுட்டு விரல்களில், கழுத்தில் கயிறு கட்டிய சின்னச் சின்ன மை புட்டியை ஏந்திக்கொண்டு, நடந்தார்கள். மை கரைந்தாலோ, நடக்கும்போது தளும்பித் தளும்பி வழிந்ததாலோ கறைபட்டக் கைகளும், சட்டைகளுமாக இருந்தார்கள்.

என்னைப் பார்த்ததும், நவநீத கிருஷ்ணன், விரலில் மாட்டிய மை புட்டியோடு என் அருகில் வந்தான். சட்டையில் இருந்து என் கையை எடுத்துக்கொண்டேன். அப்போதுதான் அவன் என் பேனாவைப் பார்த்தான். அவன் கண்கள் கோழி முட்டை அளவுக்கு விரிந்தன.

“ஹை! பேனா, ஏதுடா?”

“அப்பா வாங்கிக் குடுத்தாங்க.”

“என்னா விலை?”

நான் நேரிடையாகவே கொடுத்து வாங்கின மாதிரி அப்போது எனக்குத் தெரிந்த பெரிய தொகையான, “பத்து ரூபாய்” என்றேன்.

“பத்து ரூபாயா?”

அப்புறம் ஏனோ அவன் என்னுடன் பேசவில்லை.

பெரிய பெரிய மதில் சுவர்களோடு, “பெரிய கடை, ஜெயில்” மாதிரி இருக்கிற எங்கள் பள்ளிக்கூடத்தை நெருங்கும்போது “கணக்கு நோட்டைக் குடுடா, கணக்கு எழுதிட்டுக் குடுத்துடறேன்” என்றேன். வீட்டுக் கணக்குகளை, தினமும் அவன் நோட்டிலிருந்துதான் நான் காப்பி” அடிப்பது வழக்கம்.

“நானே கணக்குப் போடலை” என்று ஒரு மாதிரியாகச் சொல்லவிட்டுப் போனான் அவன்.

மணி அடிப்பதற்கு முன்பாகவே, நான் பத்து ரூபாய் கொடுத்துப் பேனா வாங்கிய சங்கதி வகுப்புக்குள் பரவி விட்டது. வாசலிலும், ஓரங்களிலும், மரத்தடியிலும் ஒதுங்கி நின்றிருந்தவர்கள் ஒவ்வொருத்தனும், ஓரக்கண்ணாலும், எங்கோ பார்ப்பது மாதிரியும் என் பையுள் உள்ள பேனாவையே பார்த்துக்கொண்டிருந்தார்கள். நானும் அவர்களைக் கண்டு கொள்ளாமல் எங்கோ தூரப்பார்வை பார்த்தேன். என் கழுத்து தோளில் இருந்து ஒரு முழமும் தலை இரண்டு முழமும் உயர்ந்திருந்தது. என்று ஞாபகம்.

வழக்கத்துக்கு மாறாக, சார் பார்வையில் படும்படியாக முதல்

பெஞ்சில், முனையில் உட்கார்ந்துகொண்டேன். ஜோஸப்தான் அந்த இடத்தில் உட்காருவான். நான் உட்கார்ந்தது அவனுக்குப் பிடிக்கவில்லை. நோஞ்சானுக்குக் கோபம் போலும்.

“உஸ். உன் இடத்துக்குப் போடா...”

“போக முடியாது, என்ன செய்வே?”

வகுப்பிலேயே பெரியவன் நான். கொழுத்துப் போய்க் கிடாய் மாதிரி இருப்பேன். என் உடம்பு எனக்கு ஒரு பலம்–

“இடம் விட்டு இடம் மாறக்கூடாது தெரியுமா?”

“உன் இடம்னு அச்சடிச்சு ஒட்டி இருக்கா? கம்னு கெட, பேசினே, வாய் வெத்தலைப் பாக்குப் போட்டுக்கும்”

அவன், வாயை மூடிக்கொண்டான். புத்தகத்தை அவசரமாகப் பிரித்துப் படிக்க முற்பட்டான்.

யானை சார் வந்தார். அது மாதிரி மாபெரும் திரேகத்தோடு அசைந்து அசைந்து வருவதாலும், நிறத்தாலும், எங்கள் உலகம் அவருக்கு அப்பெயரை மகிழ்ந்தளித்திருந்தது. தொள தொள அரைக்கச் சட்டைக்குள் கீழே தெரியும் முழங்கையும், மணிக்கட்டும் பார்ப்போர் மூச்சை நிறுத்த வைக்கும். ஒவ்வொரு விரலும் ஒரு மொந்தை வாழைப்பழ அளவுக்குப் பெருத்திருக்கும்.

அந்த விரல்களைப் பயன்படுத்தி அவர் எங்களை அறைந்த விதம் கொலைக்குச் சமமானது. வீட்டுப்பாடம் எழுதாதவன், ஜாமெட்ரி பாக்ஸ் எடுத்துக்கொண்டு வராதவன், வகுப்பில் பேசியவன் மற்றும் தூங்குபவன் இவர்களைத்ததான் அறைவார்.

முதலில் ‘வாடா கண்ணு’ என்று தன் நாற்காலிக்கு அருகில் அவனை அழைப்பார். அழைக்கப்பட்டவனுக்கு அப்போதே அரை உயிர் போய் விட்டிருக்கும். ஒன்றுக்கு முட்டிக் கொள்ளும். மெதுவாக நகர்ந்து நகர்ந்து அவர் அருகில் ஊர்வான். வந்தவனை, முதலில் தோள் மேல் கைபோட்டு அணைத்துக் கொள்வார். அப்போது வெள்ளை சட்டைப் பையில் வைத்திருக்கும் மஞ்சள் நிறச் சிகரெட் பாக்கெட் தெளிவாகத் தெரியும். அப்போதுதான் சிகரெட் புகைத்து விட்டு வகுப்புக்குள் நுழைந்திருப்பார். அந்த நெடி கம்மென்று அவர் மேல் திகழும். ஆனால் கை வளையத்துக்குள் சிக்குண்டவனுக்குத்தான் இந்தப் புலன்கள் எப்போதே செயல்

மறந்திருக்குமே. அவனைக் கொஞ்சம் கொஞ்சமாக முன்பக்கம் நகர்த்தி நகர்த்தி, சரியான வாட்டம் வந்து விட்டது என்று தெரிந்ததும், அந்த மொந்தம் பழ விரல்களால்,

'ச்ச்ப்'

இரண்டு முறை, யானை சாரிடம் நான் அறை வாங்கியிருக்கிறேன். அந்தச் 'ச்ச்ப்' விழுந்ததுதான் தாமதம். பூப்பூவாய் நட்சத்திரங்கள் தெரியும். ஒரு சுற்றுச் சுற்றி மண்ணில் வீசி எறிந்தது போல் இருக்கும். காதில் 'ங்ங்ங்' என்று ஒரு சப்தம் வரும். நெருப்பால் சுட்ட மாதிரி காதும் கன்னமும் காந்தும். முகத்துக்கு முன் வட்ட வட்டமாகச் சுழலும். இரண்டு முறையும் 'சளசள' என்று 'ஒன்றுக்கு' இருந்திருக்கிறேன் நான். பியூன் ராமலிங்கம் வந்து வகுப்பைக் கழுவி விடுவார். வார ஆறு நாட்களும் வகுப்பைக் கழுவ நேர்ந்ததும் உண்டு.

சார், வருகைப் பதிவு நோட்டை எடுத்துப் பிரித்தார். வகுப்பு முடியும் நேரத்தில்தான் அவர் வருகைப் பதிவு எடுப்பார். தன் சட்டைப் பையைத் தொட்டுத் தடவினார். பேனா கொண்டு வர மறந்து விட்டிருந்தார் அவர். சரக்கென்று என் பேனாவை உருவி அவரிடம் கொடுத்தேன். வாங்கினார்.

"அட, நல்லா இருக்கே இந்தப் பேனா, ஏதுடா"

"அப்பா குடுத்தாரு."

பேனாவை வெளிச்சத்தில் உற்றுப் பார்த்து "இது பிரான்ஸ் பேனாவாச்சே!" என்றார்.

"ஆமா சார்"

என் பேனாவால் அவர் வருகைப் பதிவு எடுத்து முடித்தார். முடிக்கவும், மணி அடிக்கவும் சரியாக இருந்தது. பேனாவை மூடி தன் சட்டைப் பைக்குள் செருகிக்கொண்டு "சரி... நாளைக்கு மீதியைப் பார்ப்போம்" என்று வகுப்பைப் பார்த்து பொதுவாகச் சொல்லிவிட்டு, எழுந்து போய் விட்டார். விக்கித்துப் போய் இருந்தேன் நான்.

இது எதிர்பாராதது. வருகைப் பதிவு முடித்து என்னிடம் மீண்டும் பேனாவை அவர் கொடுத்து விட்டிருக்க வேண்டும். ஞாபக மறதியாய்ச் சொருகிக்கொண்டு போய்விட்டார்.

பையன்களுக்கு வேறு மாதிரி தோன்றியதை என்னால் உணர முடிந்தது. இவன் பேனாவைச் சாரே எடுத்துக்கொண்டு

போகிறார். சாருக்கும் இவனுக்கும் எவ்வளவு நெருக்கம். ரகசியமாக அவரிடன் டியூஷன் படிக்கிறானா? அல்லது சாருக்குப் பேனா கொடுத்து காக்காய்ப் பிடிக்கிறானா? கொஞ்சம் மதிப்பு, கொஞ்சம் பொறாமை கொஞ்சம் அலட்சியம், கொஞ்சம் கோபம், கொஞ்சம் எரிச்சல் எல்லாம் கலந்த பார்வையோடு என்னைத் துளைத்தார்கள்.

வித்தியாசமாய் எதுவுமே நிகழாததுபோல இருக்க, நான் பெரும்பாடு பட்டேன். சாருக்கும் எனக்கும் இது மாதிரியான கொடுக்கல் வாங்கல் ரொம்ப சகஜம் என்பது மாதிரியான பாவத்தை எடுத்துக்கொண்டேன்.

நவநீதகிருஷ்ணன் மட்டும், "என்னடா, பேனாவைச் சாருக்கே குடுத்துட்டியா..." என்று என் காதோரம் கிசுகிசுத்தான்.

நான் "பச்" என்றேன் அலட்சியமாக.

"உங்க அப்பா உன்னை உதைக்க மாட்டாரா?" எது எனக்குக் கலவரத்தை உண்டு பண்ணிக்கொண்டிருந்ததோ, அதையே எனக்கு மீண்டும் ஞாபகப்படுத்தினான் அவன். எனக்கு லேசாய் ஜுரம் அடிக்கற மாதிரி இருந்தது.

"இந்த மாதிரி ஒஸ்திப் பொருளையெல்லாம் எதுக்குக் குழந்தைக்குக் கொடுக்கிறது? இன்னைக்கே தொலைச்சுட்டு வந்து நிக்கப் போறான் பாருங்க. அவனை நீங்களே கெடுக்கறீங்க."

அப்பா என்னிடம் பேனாவை நீட்டும்போது அம்மா சொன்னது நினவுக்கு வந்தது.

"அவனுக்கும் பொறுப்பு வரவேணாமா? அதையும்தான் பாப்பமே, பெரிசா பேனா இல்லாமே, எழுதவே முடியல்லை, கை காலெல்லாம் மை ஆயீடுது, பேனா வந்தா மட்டைக்கு ரெண்டு கீத்தா கிழிச்சுக் காட்டறேன் பாருங்கறான், பாப்பமே. இத்த மட்டும் தொலைச்சுட்டு வரட்டும், அப்போ இல்லே இருக்கு சேதி" என்று அப்பா அம்மாவுக்குச் சொன்னதும் நினைவுக்கு வந்தது.

என்ன கஷ்ட காலம்.

இரண்டாம் பீரியட் இங்கிலீஷ். என் ஞாபகம் வகுப்பில் இல்லை. அது முடிந்து கால்மணி இடைவேளை மணி அடித்ததும், நான் சாரைப் பார்க்க ஓடினேன்.

ஆறாம் வகுப்பில் 'பி' முடிந்ததும் அவர், ஆசிரியர்கள் அறைக்கு வந்துகொண்டிருந்தார். அவர் பையில் என் சிவப்பு

பேனா, மஞ்சள் சிகரெட் பாக்கெட்டோடு சேர்ந்து மினுங்கியது. நான் அவரைப் பார்த்துச் சும்மா சிரித்தேன். அவரும் அதே மாதிரிச் சிரித்துக்கொண்டு என்னைக் கடந்து போய்விட்டார்.

ஐயோ! என்னைக் கண்டதும் "டேய் வைத்தி... இந்தா உன் பேனா, மறந்தாப்பில, என் பாக்கெட்டுல சொருகிக்கிட்டுப் போயிட்டேன்" என்று சொல்லிப் பேனாவைப் திருப்பிக் கொடுப்பார் என்று நினைத்தேன்.

அப்படி ஒரு விஷயமே நடவாதது போல் அவர் போய் விட்டதுதான் என்னவோ போல் இருந்தது. "சார்... என் பேனாவை கொடுங்க சார்!" என்று சாரிடம் எப்படி கேட்பது? அவர் என்ன நினைக்கமாட்டார். அத்தோடு அந்த மொத்தப்பழ விரல்கள்...! அதை நினைத்த கையோடு அப்பா ஞாபகமும் வந்தது. "எங்கேடா பேனா" என்று கேட்டால் என்ன பதில் சொல்வது? வயிறு வலித்தது மாதிரி இருந்தது.

ஆசிரியர்கள் அறைக்கு முன்னால்தான் தண்ணீர்ப் பானை. பையன்கள் அதைச் சுற்றி நின்றுகொண்டு, ஒவ்வொருவராகத் தண்ணீர் குடித்துக்கொண்டிருந்தார்கள். அதன் அருகில் போய் நின்றேன். யானை சார், காலியாக இருந்த ஒரு நால்காலியில்மீது ஒற்றைக் காலைத் தூக்கி வைத்துக்கொண்டு, மற்ற ஆசிரியர்களைப் பார்த்து என்னவோ சொல்லிக்கொண்டிருந்தார். இடையில் இரண்டு முறை என் பக்கமும் பார்த்தார். என்னைப் பார்த்தார் என்று சொல்ல முடியாது. பொதுவாகப் பார்த்தார். தொடர்ந்து என்னவோ பேசினார். மற்ற சார்கள் சிரித்தார்கள். நான் தண்ணீர் குடித்துத் திரும்பும்போது மணி அடித்தது. வகுப்பை நோக்கி நடந்தேன். என் கண்கள் முதுகில் இருந்தது. சார்கள் எல்லாம் என் பின்னால்தான் வந்தார்கள். யானை சாரும் பின்னால்தான் வந்தார். முடிந்த வரை மெதுவாக நடந்தேன். என்னை அவர் கடந்தபோது, நான் அவரைப் பார்த்து ஒரு மாதிரியாகச் சிரித்தேன். பதினைந்து நிமிஷத்தில் இரண்டாவது முறையாக நான் சிரித்திருந்தபோதும், அதன் அர்த்தத்தை அவர் புரிந்து கொள்ளாமல் போய்விட்டார்.

மதியம் சாப்பாட்டு மணி பதினொன்றே முக்காலுக்கு அடிக்கும். நான் ஆசிரியர்கள் சைக்கிள் ஸ்டாண்டுக்கு ஓடிப் போய் நின்றேன். சார் அங்கு சைக்கிள் நிறுத்தி வைத்திருப்பார். வீட்டுக்குச் சைக்கிள் எடுத்துப் போக அங்கு வந்து தானே ஆகவேண்டும். சார்கள் பல பேர் வந்து அவரவர்கள் சைக்கிளை

எடுத்துக்கொண்டு போனார்கள். "எங்கடா இங்க நிக்கறே. பெல் கப்பை ராவிக் கிட்டுப் போகப் பார்க்கறையா" என்றார் தமிழ் சார். பொதுவாக, மாணவர்கள் எங்கள் எல்லார்மீதும் அவ்வளவு நல்லெண்ணம் இருந்தது அவருக்கு. செந்தமிழர்.

யானை சார் வந்தார். என் பேனா அவர் பையில் இன்னும் ஜோராக இருந்ததை என்னால் பார்க்க முடிந்தது.

"என்னடா வைத்தி? எங்க இந்தப் பக்கம்" என்றார்.

"சும்மா சார்... நவநீதகிருஷ்ணன் வரேன்னு சொன்னான் சார்"

"அவன் எதுக்கு இங்க வரணும். டீச்சர்ஸ் சைக்கிள் ஸ்டாண்டுக்கு? அந்தப் பக்கம் பாய்ஸ் சைக்கிள் ஸ்டாண்டுக்குப் போடா. சரியான உலக்கைக் கொழுந்துடா நீ..."

எனக்கு அழ வேண்டும்போல இருந்தது. ஆனாலும் சாருக்கு முன்னால் சிரித்தேன். அவர் சைக்கிள் சீட்டை, அந்த மொத்தம் பழ விரல்களால் 'பட்பட்' என்று அடித்து தூசு விரட்டினார். கொசுக்கூட்டம்போல தூசு பறந்தது. சைக்கிளைச் சாய்த்து, காலைத் தூக்கிப் போட்டு மிதித்துக்கொண்டு போனார். சைக்கிள் எலிக்குஞ்சு மாதிரி 'ங்ஙங் ங்ஙங்' என்று முனகியது.

டயர் வெடிக்காதா, சார் கீழே விழ மாட்டாரா என்று எதிர்பார்த்தேன். அப்படியெல்லாம் நிகழவில்லை. தேரில் போகிற சாமி மாதிரி ஜம்மென்று போய்விட்டார்.

என்னையும் மீறிக் கண்ணீர் வழிந்தது. உடைந்து விடக்கூடாது, பையன்கள் இந்த நிலையில் என்னைப் பார்த்துவிடக்கூடாது என்று பயந்தேன்; வேகவேகமாக வீட்டுக்கு வந்தேன்.

"ஏன்டா சாப்பாடு இறங்கலை? சனிக்கிழமை எண்ணெய்க் குளியலை வேண்டாங்கறே... இஞ்சி கஷாயம் குடிக்க மாட்டேனுட்டே. இப்ப பாரு, சூடு வச்சுடுச்சி... எல்லாம் தலைக்குத் தலை நாட்டாமையா போச்சு இந்த வீட்டுல. பெரியவங்க சொல்றதைக் கேட்டாதாதனே" என்றாள் அம்மா. பயம், நான் நொந்து போயிருந்தேன். அதனால் பசியுமில்லை. அப்பா கூடத்தில் தர்மகர்த்தாவோடு பேசிக்கொண்டிருந்தார். பேச்சின் முடிவை நான் அறிவேன். அப்பா நன்கொடை கொடுப்பார். தர்மகர்த்தா கொடுக்கிற சீட்டில் பெயரெழுதி அப்பா கையெழுத்திடுவார். அப்பாவிடமும் ஒரு பார்க்கர் பேனா இருந்தது.

நான் எழுந்து கை கழுவிக்கொண்டு அறைக்குள் புகுந்துகொண்டேன்.

"தம்பி கொஞ்சம் பேனா எடுத்தா" என்று அப்பா சொலவது கேட்டது. நான் கேட்காதது மாதிரி நெஞ்சு திக் திக் என்று அடித்துக் கொள்ள, அறைக்குள்ளேயே பிரமை பிடித்து நின்றிருந்தேன்.

நாற்காலி தள்ளப்படும் "டர்ர்ர்" சப்தம் கேட்கிறது. அலமாரி திறக்கப்படும் சப்தமும் வருகிறது. மூடும் சப்தம். அப்பா தன் பார்க்கரை எடுத்துக்கொண்டிருப்பார்.

நிம்மதி, இப்போதைக்குத் தப்பித்தேன்.

பள்ளிக்குக் கிளம்பினேன். முகப்பில் ஒரு குட்டைப் பூவரச மரம் இருக்கும். அதன் நிழலில் நின்றிருந்தேன். என்னைக் கடந்துதான் யானைசார் போக வேண்டும்.

வந்து விட்டார். நான் நின்றிருந்ததை அவர் பார்த்திருக்க முடியாது. அவரை நான் பார்த்தேன். பையைப் பார்த்தேன். அங்கு பேனா இல்லை.

நான் சைக்கிளுக்கு பின்னாலேயே ஓடினேன். சார் சைக்கிளை விட்டு விட்டுத் திரும்பியபோது என்னைப் பார்த்தார்.

"மறந்தே பூட்டண்டா வைத்தி. பேனா கொடுத்தியே... அப்படியே பாக்கெட்டுல சொருகிக்கிட்டேன். வீட்டுக்கு போனனா. லதா, பேனாவைப் பாத்துட்டா. எனக்குத் தானே அப்பான்னா. ரொம்ப நாளா நல்ல பேனா வாங்கிக் குடுன்னு தொலைச்சுக்கிட்டு இருந்தா. சரி, வச்சுக்க அப்படீன்னு கொடுத்துட்டேன். உங்க அப்பாகிட்ட நான் சொன்னேன்னு சொல்லிடு. அவருக்கென்ன? நினைச்சா நூறு பேனா வாங்குவாரே அவரு!" என்று நடந்துகொண்டே சொல்லிக்கொண்டே, ஆசிரியர்கள் அறைக்குள் நுழைந்து விட்டார்.

அப்பா சாப்பிட்டு விட்டு, தெருத் திண்ணையில் அமர்ந்து சுவரில் முதுகைச் சாய்த்துக்கொண்டு சுருட்டுப் பிடித்துக்கொண்டிருந்தார். வெந்நீர் விளாவின மாதிரி அவரைச் சுற்றி புகை மூட்டம்.

எனக்குகந்த தருணம் இதுதானே.

"அப்பா!"

"ம்... என்ன தம்பி?"

"பேனா..."

"உம். அதான் ஒசத்தியா ஒன்று வாங்கிக் குடுத்தனேப்பா?"

எனக்கு நாக்கு எழவிலை. திடீரென்று அழுதேன். அப்பா திகைத்தார். "என்னப்பா என்ன?" என்றார்.

"அதை வாத்தியாரு வாங்கிட்டாருப்பா."

அப்பா மௌனமாக இருந்தார். புகைக் கிளம்பிக்கொண்டிருந்தது.

"எந்த வாத்தியார்?"

தேம்பிக்கொண்டே சொன்னேன். எல்லாவற்றையும் கேட்டுவிட்டு அப்பா சொன்னார்.

"அதனால என்ன? வாத்தியாருதானே வாங்கிட்டாரு. வாத்தியாரு தெய்வம் மாதிரிப்பா. அவங்களுக்குக் கொடுக்கிறது கடமை. நீ வருத்தப்படாதே. உனக்கு வேறே பேனா வாங்கித் தர்றேன்."

அப்பாடா என்ன நிம்மதி!

அப்பாவைக் கட்டிக் கொள்ள வேண்டும்போல இருந்தது.

அடுத்த நாள், நூல் கட்டிய மை பாட்டிலோடும், எருக்கட்டைப் பேனாவுடனும் நான் பள்ளிக்கூடம் போனேன்.

நவநீதகிருஷ்ணனுக்கு மகா சந்தோஷம். கேட்பதற்கு முன்னாலேயே காப்பி அடிக்க நோட்டு கொடுத்தான். வகுப்புக்குள் ஒரு மகிழ்ச்சி அலையே அடித்தது.

1985

நேற்று மனிதர்கள்

மாமாவின் கோட்டை வீடு முன்பக்கம் சரிந்து விட்டதாகத் தலையாரி வந்து சொன்னார். மழையிலும் சுத்தமாக நனைந்து விட்டிருந்தது. அவர் கால்களைச் சுற்றி ஒரு சிறு குளம் கட்டியிருந்து. அந்த மழையிலும் அவருக்கு வியர்த்திருந்தது.

"மானம் கண்ணை மூடி ஒரு வாரமாச்சுதுங்க. காத்துக்குப் பைத்தியம் பிடிச்சுப் போச்சு... இந்தப் பேய் மழையில் நேத்துக் கட்டடங்கள் எல்லாம் உக்காந்து போச்சுன்னா, இந்தப் பழம் மட்டும் நிக்குங்களா?" என்றார் அவர். முகத்தில் வழியும் நீரை துடைத்து எறிந்துகொண்டே.

மூர்த்திக்குச் சங்கடமாக இருந்தது.

கோட்டை வீட்டு மாமாவைப் பார்த்துப் பல காலம் ஆயிற்று. சுமதிக்கு நேர்ந்த அந்த விபத்துக்குப் பிறகு மாமாவைப் பார்ப்பது மனிதத் தன்மை ஆகாது என்று இருந்தவன், அவருக்குத் துன்பம் நேர்ந்த இந்த நேரத்திலும் பார்க்காமல் இருப்பதும் மனிதத் தன்மை ஆகாது என தீர்மானித்துத் தலையாரியுடன் நடந்தான்.

வானம் பொத்துக்கொண்டாற்போல பெய்து கொண்டே இருந்தது.

முழங்கால் நீரில் நடந்து செல்கையில் மூர்த்திக்கு சுமதி நினைவு வராமல் போகாது. மழை பெய்வது தனக்காகவே என்று எண்ணும் அந்த 16 வயதுக் குழந்தை வீட்டில் கண்ணுக்குப் படுகிற அத்தனை துண்டுக் காகிதங்களையும் எடுத்து, 'கப்பல் பண்ணிக் கொடு மூர்த்தி மாமா' என்னும். குழந்தை கேட்டால் யாருக்குத்தான் மறுக்க மனசு வரும்?

மாமா ஒரு நாள் மூர்த்தியைக் கூப்பிட்டுச் சொன்னார்.

"சாயங்காலம் காலேஜ் விட்டு வந்து எங்கடா போறே...?"

"பிரண்ட்ஸ்களோடு டவுனுக்குப் போவேன் மாமா."

"நாயா அலைய வேண்டாங்கறேன்... சுமதிக்கு இங்கிலீஸ் வரமாட்டேங்குது. இங்க வந்து டியூஷன் எடு..."

சுமதி எட்டுப் படித்துக்கொண்டிருந்தாள். அப்போது.

"உனக்கு இங்கிலீஷ் வராதாமே. மாமா சொல்றார்."

"ஆமா... வராது."

"என்னதான் வருமாம்?"

"பல்லாங்குழி, கிளித்தட்டு"

"பச்... இவ்வளவு குறைவா மார்க் வாங்கறயே..."

"பல்லாங்குழியிலயா பரிட்சை வைக்கிறாங்க..."

"அறை வாங்குவே பாரு."

"சர்த்தான், போ மாமா!"

ஒரு முயல் குட்டி மாதிரி ஓடுவாள் சுமதி. இவளுக்குத்தான் முதலையை ஏமாற்றிய குரங்குக் கதை சொல்லிக் கொடுத்தான் மூர்த்தி. முதலையைக் குறிக்கிற 'குரோக்கோடைல்' வார்த்தையைக் கேட்டதும் அவளுக்குச் சிரிப்பு சிரிப்பாய் வந்தது. 'குரோக்கோடைல்' என்கிற வார்த்தையில் என்ன சிரிப்பு இருக்கக் கூடும்? இந்தப் பெண்களுக்குச் சதா சிரிக்க வேண்டும். கடைசி வரை அந்த வார்த்தைக்குப் பதிலாகக் 'கொக்கரக்கோ' என்றே சொன்னாள்.

"பாடம் நடத்தறபோது சீரியசா இருக்கணும். இல்லேன்னா மாமாகிட்டே சொல்லுவேன்"

"சொல்லேன்... இந்த மட்டும் தலையை வாங்கிடுவாறா?" கையைக் கத்தி மாதிரி வைத்துக்கொண்டு கழுத்துக்குக் குறுக்காகக் காட்டுவாள் சுமதி.

"வால்" என்று குட்டுவான் மூர்த்தி.

"ஐயோ" என்றவாறு தலையைத் தேய்த்துக்கொண்டு "ரெட்டை வால்" என்பாள் சுமதி. தலையை வேகமாக ஆட்டுவாள். மணி நாக்கு மாதிரி இரண்டு ஜடைகளும் ஆடும்.

இந்தச் சுமதிக்குத்தான் அது நேர்ந்தது. அதன் பிறகு மாமாவை அவனுக்கு ஆகாமல் போய்விட்டது.

ஏரிக்கரை பிள்ளையார் மழையில் நனைந்துகொண்டிருந்தார். அவருக்குக் குடைபிடித்துத் தோற்ற அரசமரத்து இலைகள் கழுவிவிடப்பட்டக் குழந்தை மாதிரி, பஞ்சாயத்து விளக்கொளியில் பளபளத்தன. மழை கறைகளைக்கூடக் கழுவி விடுமா என்ன? அப்படியெனில் மாமாவின் மூர்க்கத்தை அது கழுவி விடுமா?

மூர்க்கம், மூர்க்கத்தின் மறு உருதான் இந்தக் கோட்டை வீட்டு மாமா.

*

"என்ன யோசனை பண்ணிக்கிட்டு வர்றீங்க?" என்றார் தலையாரி. கைகளை மார்பில் கட்டிக்கொண்டு, பற்கள் குளிரில் கிட்டிக்க, வார்த்தைகளை மென்றுகொண்டு நடந்து வந்தான்.

"எல்லாம் இந்த மாமாவோட மூர்க்கத்தை நினைச்சுத்தான்."

"அது ஒரு வார்ப்பு தம்பி. சண்டைச் சேவல் பொறப்பு. கால்ல கத்தி கட்டிக்கிட்டுத் திரியற ஜாதி. ஆச்சு. அவரும் வாழ்ந்து சலிச்சு மண்டையைப் போடப் போறாரு..."

மூர்த்தி அரைக்கால் சட்டையோடு இருந்த பருவத்தில் நடந்தது அது. சாயங்காலம் விளையாட்டுக்கு மாமா வீட்டுக்கு வருவான். செங்கேணியம்மன் திடல் அங்குதான். கிட்டிப்புல், சடுகுடு. தோழர்களின் சந்திப்புக் களம்.

"டேய் மூர்த்தி" என்றார் மாமா.

மாமா அன்று வித்தியாசமாய்த் தெரிந்தார். கண்கள் கிளி மூக்கு மாதிரி சிவந்து கிடந்தது. அவர் கையில் ஒரு துணிப்பை "வா, என்கூட!" கைக்குள் அடங்காத கொத்து மீசையைத் தடவிக்கொண்டார்.

மாமா நடந்தார். அவருக்குச் சமமாக மூர்த்தி ஓட வேண்டியிருந்தது. அவிழ்ந்து அவிழ்ந்து விழும் கால் சட்டையை அரைஞாண் கயிற்றை எடுத்து மேல்விட்டு இறுக்கிப் பிடித்து வைக்க வேண்டியிருந்தது அவனுக்கு.

பட்டாமணியார் வீட்டுக்குப் போய்ச் சேர்ந்தார்கள். மணியம் வெற்றிலை நரம்பைக் கிள்ளிப் போட்டுக்கொண்டிருந்தார். மாமாவைப் பார்த்ததும், அவர் முகம் ஏனோ வெளுத்தது.

"வாங்க... வாங்க... எங்க மச்சினனோட இந்தப் பக்கம்... இருங்க..."

"உபசாரம் இருக்கட்டும். நேத்து நீ நீடாமங்கலத்து நாயக்கர் கிட்டே என்ன சொன்னீரு?"

"அது... அது வந்து ஏதோ தமாஷுக்கு..."

"எதுங்காணும் தமாஷு? உம் ஆயி ஊர்மேல போயி உம்மைப் பெத்தாங்கன்னு நான் சொன்னா, அதை தமாஷா எடுத்துக்குவீரா?"

"கோபப்படாதீங்க... தப்பா நான் ஒண்ணும் சொல்லிடலை"

"பின்னே சரியா சொன்னீரா? என் அப்பாரு. உன் அப்பாரு கிட்ட நூறு ரூபா கடன் பட்டுத்தான் மதகடி நிலத்தை வாங்கினாரு, அந்தப் பணத்தைப் பைசல்கூடப் பண்ணாமே போய்ச் சேர்ந்துட்டான். அந்தப் பாவின்னு சொன்னீராமேயா... என் இரத்தம் கொதிக்குது மணியம்" என்று கூறி. துணிப்பையை அவர் முன் விட்டெறிந்தார்.

"இந்தப் பையில ரூபா ரெண்டாயிரம் இருக்கு. வாங்கின அந்தத் தேதியிலேந்து இன்னித்தேதி வரைக்கும் கணக்குப் பார்த்து வட்டியும் முதலுமா, நாளைக்கு அரச மரத்தடி பிள்ளையாருக்கு முன்னால எடுத்துக்கிட்டு, உன் கணக்குத் தீர்ந்ததுன்னு மூணு வாட்டி நீ சொல்லணும். ஒன்னு தெரிஞ்சுக்க,

இது மானத்துக்குத் தலை வணங்கற வம்சம், மனுஷங்களுக்கில்ல" என்று சொல்லிவிட்டு, மீசையை முறுக்கிவிட்டு, "வாடா மச்சான்" என்று விடுவிடுவென்று வீடு திரும்பினார்.

மழை விட்டிருந்தது. ஊசி மழை மட்டும் இருந்தது. தெரு முனையில். அத்தை தினந்தோறும் உருகி உருகி அழுது அழுது நெய் விளக்கேற்றிய கழுத்து மாரியம்மன் கோயிலை மூர்த்தி கடந்தபோது, தலையாரியிடம் மூர்த்தி கேட்டான்.

"ஏங்க தலையாரி... அத்தையை மாமா ஏன் விலக்கி வச்சுட்டாரு... அவரு சோட்டு ஆளாச்சே நீரு... உமக்குத் தெரிந்திருக்குமே?"

"கேள்விப்பட்டது கொஞ்சங்க... ஊகிச்சுக்கிட்டது கொஞ்சம்... புருஷன் பொண்ஜாதி உறவு கெட்டுதுன்னா அதுங்காரணத்தே அவங்க ரெண்டு பேரு தவிர, வேற யாருக்கும் அறிய முடியாதுங்க... ரொம்ப நுணுக்கமான சங்கதிங்க அது... உம்... உங்க மாமா ஏதோ அசலூர்க்குப் போயிட்டு நாலு நாள் கழிச்சுத் திரும்பி வந்திருக்காரு. உங்க அத்தை... அந்த உத்தமிகிட்டே கூழு வாங்கிச்

சாப்பிட்ட வாயிங்க இது... பொய்யு சொன்னா நாக்கு அழுவிராதா? மாட்டுக்கார பயகிட்டே ஏதோ சிரிச்சுப் பேசிக்கிட்டுக் கஞ்சி ஊத்தியிருக்காங்க... அவ்வளவேதாங்க. நாக்கு மேல பல்லைப் போட்டு ஒரு வார்த்தை பேசலீங்க உங்க மாமா. என்னன்னு ஒரு வார்த்தைக் கேட்டிருந்தா அந்த உத்தமி மனசு குளுந்திருக்கும். அதாங்க அவங்க கடைசியா பக்கத்துப் பக்கத்துல நின்னது. அந்த அம்மா காட்டுக்குப் போறப்பகூட அவங்க முகத்தை அவரு பார்க்க வரல்ல..."

அந்த அத்தை மனசுக்குள் வந்து நின்றாள். அடுப்பங்கரையை விட்டு வெளியே வந்திராத அத்தை, இரைந்து ஒரு வார்த்தை பேசியிராத அத்தை, எப்போது என்னைக் கண்டாலும், தோசையின் நடுவில் பொடியைச் சக்கரவட்டாகத் தடவி எண்ணெய் சொத சொதக்கத் தந்து, 'வளர்ற பிள்ளை, தின்னுடா' என்று திணிக்கிற அத்தை, என்ன, ஏது என்று தெரியாமலேயே வெந்து வெந்து குமைந்து குமைந்து செத்துப் போன அத்தை, இருட்டிய பிறகு கோயிலுக்கு வந்து மாலை மாலையாகக் கண்ணீர் விட்டுச் சென்ற அத்தை, அவளுக்குப் பிறந்த ஒரு பிள்ளையை, தனபாலைக்கூட மாமாவே வைத்துக்கொண்டார்.

மாமாவின் வீடு தூரப் பார்வையில் தெரிகிறது. ஆள் உயர வீட்டு மதில் சுவர். சாதாரணமாகக் காம்பவுண்டு சுவர் இடுப்பளவுதான் இருக்கும். மாமா, ஓர் ஆள் உயரத்துக்குக் கட்டினார். எதிலும் வித்தியாசமாய் இருக்க வேண்டும் அவருக்கு. ஆள் உயர காம்பவுண்டு சுவரே, ஒரு கோட்டையின் தோற்றத்தைக்கொண்டிருக்கவே, ஊர்க்காரர்கள் அதைக் கோட்டை வீடு என்றார்கள். வீடும்கூட மாமாவைப்போலவே கம்பீரத்தின் மறு உருவம்.

இந்தக் கோட்டைச் சுவர், ஏற்கனவே இற்றுவிழத் தொடங்கியிருந்தது. அடிக்கிற இந்தப் பேய் மழையில் சுத்தமாகச் சுவடு தெரியாமல் இடிந்து விழும் என்கிற எண்ணத்தைத் தோற்றுவித்தது. நூறு பேர் தாராளமாக உட்கார்ந்து சாப்பிடத் தக்க முன் ஹாலை மூடிக் கூரை விழுந்திருந்தது. நட்டு வைத்த மரங்கள் மட்டுமே இன்றி, தான் தோன்றிச் செடிகளும், புதர்களும், மரங்களுமாய், மனிதர் வாழும் வீடாகவே தோன்றாமல் அடித்தன.

இரண்டாம் கட்டுத் தாண்டி இடது கை அறையில் ஓர் அழுக்கு மூட்டையைப்போல மாமா படுத்திருந்தார். அந்தச் சிங்கம் போன்ற ஆகிருதி எங்கே? கர்ஜனை எங்கே? காலம், குரூரமாக என்னைப் பார்த்துச் சிரித்தது.

கைக்கு அடங்காத அந்தக் கொத்து மீசை, எலிவால் போல் சிறுத்திருந்தது. ரங்கூன் தேக்கு மாதிரி பளபளத்த அவர் மார்பும், கடைசல் பண்ணியது மாதிரியான கரணைக் கரணையான கைகளும் தோள்களும் எங்கே போயின? தீ எரிந்த வீடு மாதிரி கரி படர்ந்து போயிருந்தது அவர் முகம். வீடு சரியுமுன்னே அவர் சரிந்து விட்டிருந்தார்.

"ஆரு?" என்றார் மாமா.

"நான்தான் மாமா மூர்த்தி"

அவர் சிரமப்பட்டு எழுந்து உட்கார்ந்தார். அதற்குள் மூச்சு இறைப்பு ஏற்பட்டு விட்டது.

"நான் சாகிறதுக்கு முன்னால என் முகத்தைப் பார்த்துடலாம்னு வந்தியா?"

"..." சில விநாடிகளுக்குப் பிறகு அவரே தொடர்ந்தார்:

"என்னிய விட ரோஷக்காரன்டா நீ"

கைவிளக்கு வெளிச்சத்தில் அவர் சிரிப்பது தெரிந்தது. மேலும் கீழும் முன் பற்கள் விழுந்திருந்தன. சிரித்தவாறு, என்னை விழுங்கி விடுவது மாதிரிப் பார்த்தார்.

"நல்லா வளர்ந்திருக்கே. முகத்துல எங்கடா மீசையைக் காணோம்? நம்ம சாதிக்கு மீசை வேணும்டா. மீசைக்கு மருவாதி தர்ற மாதிரி மான ரோஷம் வேணும்டா. அப்பதான் நீ என் மச்சினன். இல்லாட்டி நீ ஆரு நான் ஆரு?"

இருமல் தொடர்ந்து வந்தது. முடிந்ததும், "இப்ப எங்க வந்தே?" என்றார்.

"சும்மா உங்களைப் பார்க்க"

"நீ வந்திருக்கக்கூடாது. பத்து வருஷமா என்னைப் பார்க்காமே, ரோஷம் கொண்டாடிட்டு இப்ப வந்தது நல்லாயில்லையே... நான் செத்தப்புறம் நீ வந்திருந்தேன்னா நான் பெருமைப்பட்டிருப்பேன்."

மாமா பழைய மாமாவாகத்தான் இருந்தார். உடம்பு போயிருந்தது அவருக்கு உரம் போகவில்லையே.

"என் மவனைப் பாரு அந்தத் தனபாலு, அவன் பெண்டாட்டியை நான் ஏதோ சொன்னேன்னு கோவிச்சுக்கிட்டுப் போனானே, இன்னும் என் திக்குப் பக்கம் திரும்பலையே... அவன் என் மவன்..." என்றார்.

"எங்க அஞ்சலையைக் காணோம்."

"சமையக்காரியா? இந்த மழையில எங்க ஒடுங்கிக்கிடக்கிறாளோ. நாலு நாளா ஆளையேக் காணோம்."

"அப்போ நாலு நாளா சாப்பாடு?"

மாமா சிரித்தார். "மனுஷன் சோத்தாலயா வாழறான். அதை விடு" என்றார்.

"நான் வீட்டுக்குப் போயி சாப்பாடு கொண்டாரட்டுமா மாமா!"

"வேணாம். நான் எப்படி வாழ்ந்தேனோ அப்படியேதான் சாகணும்... இரந்து திங்கறதா? சீச்சீ..."

மாமா வீட்டில் ஏழெட்டுப் பசுக்கள், கால் மாற்றிக் கால் மாற்றி நின்று பாலைப் பொழிந்தன. காவேரிப் பாசனத்தில், மார்பைத் திறந்து

வஞ்சகமின்றிப் பாலூட்டும் தாய் மாதிரி ஒன்றுக்கு நூறாய்த் திருப்பித் தரும் நஞ்சைகள் இருந்தன. மாமாவைப்போலவே அவர் பையன் தனபாலும் தயாராகிக்கொண்டிருந்தான்.

மூர்த்தி மேற்படிப்புக்காகச் சென்னை வந்திருந்தான். வீட்டுக் காரியங்கள் பார்க்க என்று தூரத்துச் சொந்தத்தில் குப்புசாமியை அழைத்து வீட்டோடு வைத்துக்கொண்டிருந்தார் மாமா.

"சாப்பாட்டுக்கே கஷ்டம்டா... சரி, நம்மோடு இருக்கட்டுமேன்னு இட்டாந்துட்டேன்" என்றார் மாமா, மூர்த்தியிடம்.

வாழைக் குருத்து மாதிரி இருந்தான் குப்புசாமி. மூர்த்தியை விட நாலைந்து வயசு சின்னவனாக இருக்கக் கூடும். இருபது இருக்குமா? இருக்கும். கன்னங்கரேலென்று, பொம்மென்று தலையும், கழுத்தைச் சுற்றி முடிகயிறும், பனியனும், தோல்மேல் ஒரு பச்சை டவலும் காக்காய்ப் பொன் மாதிரி வெள்ளைச் சிரிப்பு.

"எப்போ பட்டணம் போறே...?"

"நாளைக்குக் காலைலே..."

"ஒழுங்கா படி. நம்ம சாதியில பெரிய படிப்பு படிக்கிறவன் நீ. சுமதிக்கு நல்ல தோதா இடம் பாத்துட்டிருக்கேன். கூடி வந்ததும் கடுதாசி போடறேன். வயசு பொருத்தம் இல்லையென்று பாக்கிறேன்... அவளுக்கும் உனக்கும் எட்டுப் பத்து வித்தியாசம் இருக்கு... இல்லேன்னா அவளை உனக்கே கொடுத்துடுவேன்"

சுமதி காபிகொண்டு வந்தாள், ஒரு பெரிய சொம்பில். டவுனில் நாலு பேர் சாப்பிடுகிற காபியை என் ஒருவனுக்குக் கொண்டு வந்தாள்.

110 | நேற்று மனிதர்கள்

“ஆச்சரியமா இருக்கு மாமா”

“எது?”

“இந்தப் பெண்ணுங்களுக்குக் கல்யாணம்னா உடனே ஒரு களை வந்து சேர்ந்துடுதே... எப்படி இது...?”

“சீ... போ... மாமா”

ஒரு பெரிய முயல் குட்டியைப் போல் அவள் ஓடினாள்.

“இரேன் மத்தியானம் கோழி அடிக்கச் சொல்றேன்”

“இருக்கட்டும் மாமா.”

ஒரு விடுமுறையின்போது, மாலை வேளையில் மூர்த்தி மாமா வீட்டுக்கு வந்தான்.

மாடப் பிறையில் காமாட்சி விளக்கு எரிந்துகொண்டிருந்தது.

“மாமா!” குரல் கொடுத்தவாறே உள்ளே போனான்.

தோட்டத்துக் கிணற்றோரம் கொடுக்காப்புளி மரத்தண்டை, கரட்டைக் கோல்கொண்டு காய் அறுத்துக்கொண்டிருந்தான் குப்புசாமி. அருகில் சுமதி நின்றுகொண்டிருந்தாள், அவனை ஒட்டிக்கொண்டு... அவர்கள் ஏதோ சிரிப்பில், தம்மை மறந்து, சூழ்நிலை மறந்து நின்றுகொண்டிருந்தார்கள்.

“வாங்க மாமா” என்று திடுக்கிட்டு, வெளிறிப் போய் அழைத்தாள் சுமதி. குப்புசாமி, ஒதுங்கி மரத்து நிழலில் ஒண்டி நின்றான்.

“அப்பா இல்லியா?”

“ஏதோ விவகாரம்னு அம்மன் கோயில் வரைக்கும் போயிருக்காங்க”

“சரி நான் அப்புறம் வரேன்.”

மூர்த்தி கிளம்பினான்.

“இருங்க... காபி சாப்பிட்டுப் போகலாம்.”

இருங்கள் என்று அவள் சொன்னாலும், இருக்கத் தோன்றவில்லை மூர்த்திக்கு. “அப்புறமா வர்றேன்” என்று கிளம்பினான்.

சுமதிக்கும் அந்தக் குப்புசாமிக்கும் ஊடே இருந்தது வெறும் நட்பு இல்லை என்று மனசு சொன்னது. அது வேறு வகைப்பட்ட சினேகம். மனித குலத்தைச் சங்கிலியாக, கண்ணியமாகப்

பிணைத்திருக்கும் உறவு அது. மனிதரைக் குடும்பமாக, சமூகமாக மாற்றுகிற அடிப்படை உந்துதல். அது காதல் என்கிற பரவசம்.

குப்புசாமியும், சுமதியும் அப்படி இருப்பது என்று தீர்மானித்தால் அதில் என்ன தவறு? இது அவர்கள் உரிமை. வேறு எவரும் தலையிட முடியாத சுதந்திரம்.

மாமாவை நினைக்கையில் பயமாய் இருந்தது. நல்ல படியாக இது முடிய வேண்டுமே என்று இருந்தது மூர்த்திக்கு.

இந்த விஷயங்கள் எல்லாம் பாசி மாதிரி பரவும், தண்ணீர் மாதிரி நிலத்தில் உறையும். காற்று மாதிரி நாலு திக்கையும் அணைக்கும். குப்புசாமியோ சுமதியோ இருவரில் ஒருவருக்குப் பொது அறிவு இருந்திருக்க வேண்டும். அடிப்படைக் கோளாறே அதுதான். மூர்த்திக்கு ஊரிலிருந்து யாரேனும் கடிதம் எழுதுவார்கள்.

ஓர் இரவு, தெரு நாய்களை விழிக்க வைத்துக்கொண்டு சைக்கிளில் பின் பக்கம் சுமதியை ஏற்றி உட்கார வைத்துக்கொண்டு குப்புசாமி புது வாழ்க்கையை நோக்கிப் போயிருக்கிறான். கிராமங்களில், ஐந்து மைல் சுற்றளவுக்கு யார் வீட்டுப் பெண், பையன் அது என்று எல்லாருக்குமே தெரியும் என்பது கிராமத்துப் பையனான குப்புசாமிக்கே தெரியாமல் போனதுதான் விந்தை. அடுத்த ஊர் எல்லையிலேயே மடக்கப்பட்டார்களாம் இருவரும்

அடுத்த விடுமுறையில் வந்திருந்தபோது, மூர்த்தி தனபாலைக் கேட்டான்.

"தனபால், மாமாவை விடு, அவர் போன தலைமுறை. நாமெல்லாம் இளைஞர்கள். சாதி, குலம் எல்லாம் நாம் பார்க்கலாமா?"

"மூர்த்தி நீ படிச்சவன், பட்டணம் பக்கம் போயிடுவேள. இந்த ஊரோடையும், சனத்தோடையும் நான் தாம்பா வாழ வேண்டியவன். கடைத் தெருவிலே நான் தலை நிமிர்ந்து நடக்க வேணாமா? என் முதுகுக்குப் பின்னால் விரல் நீண்டா, அது யாரோட விரலா இருந்தாலும் அதை முறிச்சுப் போட்டாத்தானே நான் ஆம்பிளை!"

"இப்போ சுமதி எங்க இருக்கா?"

அவன் குரூரமாக என்னைப் பார்த்துச் சிரித்துக்கொண்டே சொன்னான். "கொள்ளிடம் அத்தை வீட்டுல இருக்கா..."

"குப்புசாமி?"

"ஆண்டவன் வீட்டுக்கு அனுப்பி வச்சாச்சு"

"அடப்பாவி" என்று மட்டும்தான் சொல்ல முடிந்தது மூர்த்தியால். அப்புறம் அந்தச் செய்தியை அவனே கேட்க நேர்ந்தது.

கொள்ளிடம் அத்தை வீட்டில் சுமதி இருந்தது உண்மை. ஒரு நாள் மாமாவும், தனபாலும், அத்தை வீட்டுக்குப் போய் இருக்கிறார்கள். இரவு சுமதியைக் கொள்ளிடக் கரைக்கு அழைத்துக் கொண்டு போய், அண்ணன் அவள் கையைப் பிடித்துக் கொள்ள, அப்பன் அவள் மேல் பெட்ரோலை ஊற்றி இருக்கிறான். அவள் கொளுத்தப்பட்டாள், உடம்பைக் கொள்ளிடம் கொண்டு விட்டது.

மூர்த்தி, மாமாவைப் பார்க்கவும் பிடிக்காமல், அவரைத் துறந்தார்.

"தலையாரி அண்ணே, அந்தக் குப்புசாமி என்ன ஆனான்?"

"எந்தக் குப்பு, அடடே... அந்த ஒண்ட வந்தப் பயலா? உன் மாமா மவளைச் சிறையெடுத்தவனா?"

"ஆமா!"

"சூளையில் எரிஞ்சே செத்தான்"

குப்பென்று உடம்பு சுட்டது மூர்த்திக்கு.

"இப்படியுமா ஜனங்க இருப்பாங்க..."

"இருக்காங்களே தம்பி, என்ன பண்ண?"

தெருத் திருப்பத்தில் அவர்கள் பிரிந்தார்கள்.

"நாளை காலைலே மாமா வீட்டுப் பக்கம் வாங்க" என்றான் மூர்த்தி.

விடியவில்லை. கதவு தட்டும் சப்தம். கதவைத் திறந்தான் மூர்த்தி. மழை விட்டிருக்கவில்லை.

"தம்பி மாமா போயிட்டாரு" என்றார் தலையாரி.

1985

மாறுதல்கள்

"பட்டணத்தில் புலி ரொம்பச் 'சீப்'பாகக் கிடைக்கிறதென்று கேள்விப்பட்டேன். கிடைத்தால் அஞ்சி கிலோ வாங்கி வரவும். கோபி ஒன்பதிலிருந்து பத்தாம் கிளாஸ் பாஸ் பண்ணி விட்டான். அவனுக்கு ஒரு டீ ஷர்ட் வாங்கி வரவும்" என்று சுமதி, அவளுக்கே உரிய கவலைகளோடும் அழகான தப்புகளோடும் கடிதம் எழுதியிருந்தாள்.

ஊருக்குப் புறப்படும்போது, கடிதம் வந்து சேர்ந்தது. பட்டணத்தில் புளி 'சீப்'பாகக் கிடைக்கும் என்று தோன்றவில்லை. கிடைத்தாலும் அஞ்சு கிலோ புளியைச் சுமந்துக்கொண்டு ஊர்ப் போய்ச் சேரும் உடல் உரம் எனக்குக் கிடையாது. ஆகவே கோபிக்கு டீ ஷர்ட் மட்டும் வாங்கிப் போகலாம் என்று பாய்க் கடை நிறுத்தத்தில் பஸ்ஸை விட்டு இறங்கிக்கொண்டேன்.

கடையிலிருந்த இளைஞன், "ஷர்ட்டுக்கு அளவு என்ன சார்" என்று கேட்டபோது நான் தலையைச் சொறிந்துக் கொள்ள வேண்டியிருந்தது. இது மாதிரி முக்கியமான விஷயங்களை மறப்பதுதான் என் வழக்கம். சமாளித்துக்கொண்டு "15 வயசுப் பையன் அளவு" என்றேன். தெருப் பக்கம் திரும்பி, அந்த வயசுப் பையன் எவனாவது கண்ணில் படுகிறானா என்று நோட்டம் விட்டேன். ஒரு பயலையும் காணோம். அதற்குள் கடை இளைஞன், ஒரு சிறு குன்று அளவுக்குச் சட்டைகளைக் குவித்து விட்டான். நீலத்தில் வெள்ளைக் கோடு போட்ட ஷர்ட்டை எடுத்துக்கொண்டு, பணத்தைக் கொடுத்து விட்டுக் கிளம்பினேன்.

என் அடுத்த கவலையெல்லாம், இப்போது நான் எடுத்திருக்கிற ஷர்ட் மாதிரி இன்னொரு ஷர்ட் கோபிக்கு இருந்து விடக்கூடாதே என்பதுதான். இருந்தது என்று வையுங்கள் 'உம்... உங்களைப் போய் துணி எடுத்தாரச் சொன்னேனே' என்பாள் சுமதி. எனக்கு இப்படியெல்லாம் நேரும். மார்க்கெட்டில் புதுசாகச் சைனா சில்க் வந்திருக்கும். ஆசைப்பட்டு 'எனக்கொன்று வாங்கிக் கொடுங்கள்' என்பாள் சுமதி. மனசுக்குள் வைத்திருந்து, பணம் கிடைக்கும்போது ஆசையோடு வாங்கிக்கொண்டு போவேன். அதற்குள் சைனா சில்க் மரியாதை இழந்து, மார்க்கெட்டுக்குப் 'புஸி புஸி' என்றொரு புதுரகம் வந்திருக்கும். இதுகூடப் பரவாயில்லைதான். எப்படியோ எனக்கென்று எப்போதும் ஆகாய நிறம்தான் கிடைக்கும். சுமதியிடம் ஆகாய வர்ணப் புடவைகள் ஆறு இருக்கும். ஏழாவதாக ஒன்று நான் வாங்கிக்கொண்டு போய் நிற்பேன்.

திருவள்ளுவரின் சௌகரியமான இருக்கையில் சாய்ந்து கொண்டதும், மனம் கோபியைச் சுற்றியே வந்தது. தெருவில் திரும்பியதுமே, வீட்டுக் குறட்டில் விளையாடிக்கொண்டிருப்பவன் என்னைப் பார்த்து விடுவான். குதித்துக்கொண்டு ஓடி வருவான். குழந்தை எங்கே விழுந்து விடுவானோ என்று எனக்குப் பயமாய் இருக்கும். ஓடி வந்து கால்களை இறுக்கக் கட்டிக்கொள்வான். நடை தடைப்படும். அவனைத் தூக்கிக் கொள்ள வேண்டும், வீட்டு வாசல் வந்ததும், வழுக்கிக்கொண்டு என் தோளில் இருந்து இறங்கி 'அம்மா... அப்பா வந்துட்டாங்க...' என்று கத்திக்கொண்டு உள்ளே ஓடுவான்.

பல மாதங்களுக்குப் பின்னால் ஊர் திரும்பிக்கொண்டிருக்கிறேன். கோபி வளர்ந்திருப்பான். நல்ல வளர்த்தி என் அப்பா வாகு அவனுக்கு. அப்பவே என் இடுப்புக்கு வந்து விட்டிருந்தான். வளர்ச்சி அறிவிலும்கூட அவனுக்கு இருந்தது. அவனுக்கென்று திட்டவட்டமான ருசிகள் இருந்தன. எனக்கும் சுமதிக்கும் காபி பிடிக்கும். அவன் பால் மட்டுமே சாப்பிடுவான். எங்களுக்கு மீனும் கறியும், அவனுக்குக் கறி மட்டுமே. கறியும் சுக்கலாக வறுத்திருக்க வேண்டும். துண்டுகள் பெரிசாயும் இருக்கக்கூடாது. பொடிக் கூழாங்கற்களைப் போல் இருக்க வேண்டும். அழுத்தமான வர்ணங்களில், கோடுகள் போட்ட, ஏதோ ஒரு டிசைன் துணியே அவனுக்குப் பிடிக்கும். அவ்வக்காலத்து மோஸ்தர்களில், அவனே எங்கேயோ போய் தைத்துக்கொண்டு வருவான். உடைகள் உடம்பைப் பிடித்துக்கொண்டிருக்க வேண்டும்.

கோபியின் போன பிறந்த நாளுக்கு, கிராமத்திலிருந்து மாமா ஒரு சட்டை வாங்கிக்கொண்டு வந்தார். சட்டையைப் பார்த்ததும் எனக்கே 'திக்'கென்றது. "சட்டை எனக்கா மாமா" என்று கேட்டேன்.

"எல்லாம் அவனுக்குத் தாண்டா..." என்றார் மாமா. காலர் முறம் மாதிரி, செங்கேணியம்மன் செடல் உற்சவத்துக்கு வேண்டுதல்காரர்கள் உடுத்திக்கொண்டு போகிற அசட்டு மஞ்சள் நிறம். நாளது வரை கோபி பெட்டியை விட்டு அதை எடுக்கவே இல்லை.

கோபி வயசில் நான் இருந்தபோது, இந்தத் துணி விஷயமாக என் அப்பா என் மேல் செலுத்திய சர்வாதிகாரம் என்னுள் இன்னும் பசுமையாக இருக்கிறது. பள்ளிக்கூடம் விட்டு வந்ததும், "கிளம்புப்பா, போய்த் துணி எடுத்துக்கிட்டு வருவோம்" என்பார் அப்பா. அரக்கப் பரக்க முகம் கழுவிக்கொண்டு கிளம்புவேன். முதலில் டூப்ளக்ஸ் தெருவில் இருக்கும் அந்தப் பழங்கல 'பிராமணாள் ஓட்டலு'க்குப் போவோம். அப்பாவை ஊரில் எல்லாருக்கும் தெரிந்திருக்கும். ஓட்டலுக்குப் போனதும் அவர் வழக்கமாகச் சாப்பிடும் கோதுமை அல்வா, சாம்பார் போண்டா, ஸ்டிராங் காபி ஒவ்வொன்றாய் வந்துவிடும். என்னைப் பார்த்ததும் சர்வர், "தம்பிக்கு என்ன வேணும்" என்பார் "தோசை, வறுத்த கறி" என்பேன். அப்பா முகம் ஏனோ சுண்டிப் போய்விடும். சட்டென்று "பூரிகொண்டாப்பா" என்று சர்வரை அனுப்பிவிட்டு "அந்த மாதிரியெல்லாம் வெளியே வந்தால் பேசக்கூடாது..." என்பார். அடுத்துத் துணிக் கடை. அப்பாதான் துணியைத் தெரிவு செய்வார். சுருக்கம் விழாத தடித்த மோட்டா ரகத் துணிதான் அப்பாவுக்குப் பிடிக்கும் ஒரு சட்டை எடுத்தால் குறைந்தது நாலு வருஷங்களாவது போட வேண்டும். அப்புறமும் என் தம்பிக்கு அது உபயோகப்பட வேண்டும். "சின்ன பசங்க சும்மா துணியை அழுக்காக்கிக்கும். நல்லா அழுக்கு தாங்கற மாதிரி துணியா எடு" என்பார். கறுப்பு, சிவப்பு, பச்சை, பழுப்பு என்று ஜன்னல் திரைகள் எல்லாம் என் முன் பரப்பப்படும். எனக்குக் கையெட்டும் தூரத்திலேயே பட்டும், சாஸ்கிரீனும் மினுங்கும்.

அடுத்து டைலர் சோமு கடை, அப்பா வயசு அவருக்கு. "வளர்ற பிள்ள... நல்லா தாராளமா இருக்கணும்" என்று உத்தரவு போடுவார் அப்பா. "ஆகா" என்பார். சோமு "சார்... சார்... லூஸ் வேணாம்..." என்பேன், நான் ஹீனஸ்வரத்தில். "சும்மா இருப்பா... எனக்குத் தெரியும்" என்பார் டைலர். அப்பா தலையாட்டுவார்.

கைகள் இரண்டும் கூத்தாடுபவர்களின் புஜக் கிரீடம் மாதிரி பரப்பிக்கொண்டும் முட்டி வரை நீளும் மாபெரும் அரைக்கால் சட்டையோடும், எனக்கே வேடிக்கையாக, மனசுக்குள் அழுதுகொண்டே பள்ளிக்கூடம் போவேன். என்னைப் பார்த்துச் சிரிக்கவென்றே ஒரு பட்டாளம் காத்திருக்கும்.

தெருவில் திரும்பும்போது என் கண்கள் கோபியைத் தேடின. வாசலில் அவன் இல்லை. எனக்குக் கொஞ்சம் ஏமாற்றமாகத்தான் இருந்தது. வீட்டுக்குள் நுழைந்தேன். வாசலில் தூணில் சாய்ந்து உட்கார்ந்து முறத்தில் இருந்த அரிசியில் கல் பொறுக்கிக்கொண்டிருந்தாள் சுமதி.

"வாங்க..." என்று முறத்தை வைத்து விட்டு எழுந்து நின்றாள். உடம்பு கூடி இருந்தது. அவளுக்கு நெற்றியில் மேல், வாகுக்கு இருபுறமும் ஒன்றிரண்டு வெள்ளி நரைகள். ரொம்ப நாட்களுக்கு பிறகு என்னைப் பார்த்ததில் ஏற்பட்ட திருப்தி வெளிப்படையாக முகத்தில் தெரிந்தது.

"கோபி எங்கே...?"

"அறையில் இருக்கான்..." என்றவாறு என் பையை வாங்கிக்கொண்டாள். செருப்பைக் கழற்றி விட்டு அறைப் பக்கம் போனேன். சுமதி என்னைத் தொடர்ந்தாள்.

மேலே ஃபேன் சுற்றிக்கொண்டிருந்தது. கட்டிலில் படுத்துக் கொண்டு ஏதோ ஒரு பத்திரிகையைப் படித்துக்கொண்டிருந்தான் கோபி. சட்டென்று யாரோ வேற்று ஆள் படுத்திருப்பது மாதிரித் தோன்றியது. கோபியா அது என்று இருந்தது. கோபிதான். என்னைப் பார்த்தவன் ஆச்சரியத்தோடு "வாங்கப்பா" என்றாவறு எழுந்தான்.

என்னைப் பார்த்துச் சிரித்தபடி மௌனமாக நின்றான். என் தோளுக்கு வளர்ந்திருந்தான். என்னைக் கட்டிக் கொள்ள மாட்டானா என்று இருந்தது. என் முழங்கால்களைக் கட்டிக் கொண்டு விழி மலர, அண்ணாந்து வாய் திறந்தபடி "அப்பா" என்று தேம்புகிற கோபியாய் இல்லை அவன். ஒரு சக மனிதனைப்போல நின்றான். ஒரு குடும்பச் சினேகிதனை வரவேற்கிற மாதிரி இருந்தது அவன் பார்வை. என்னைப் பார்ப்பதில் ஏதோ வெட்கப்பட்டவன்போல என் கண்களைப் பார்க்காது தவிர்த்து, சுமதி கையிலிருந்த பையை வாங்கி மேசையின் மேல் வைத்தான்.

"டிரெய்னா? பஸ்ஸாப்பா..." என்றான்.

சட்டையைக் கழற்றிக்கொண்டே "பஸ்தான்" என்றேன்.

"எனக்கு பஸ் பிடிக்கலைப்பா... ஏதோ என்னை அடக்கி வச்ச மாதிரி இருக்கு... ட்ரெய்ன்தான் ஃபிரியா இருக்கு" என்றான்.

வழவழப்பான சிவப்பு நிறத்தில், வெள்ளை நேர்க்கோடிட்ட பனியன் அணிந்திருந்தான். பையை திறந்து, வாங்கி வைத்திருந்த டீ ஷர்ட்டை எடுத்துக் கொடுத்தேன்.

"ஹோ... நைஸ்" என்றான். அதைப் பிரித்தபடி... "இந்த நீல வண்ணமே எனக்கப் பிடிக்கறதில்லேப்பா... பரவாயில்லை... வாங்கி வந்துட்டீங்க... போட்டுக்கறேன்"

"அளவு உனக்குச் சரியா இருக்குமா...?"

"கொஞ்சம் பெரிசா வாங்கியிருக்கணும்..." என்றாள் சுமதி. சொல்லவில்லையென்றால் அவள் தலை சுக்கு நூறாய் இருக்கும்.

"அட்ஜஸ் பண்ணிக்கலாம்மா... சின்னதா இருந்தா 'டக்' பண்ணிக்கிறேன்...!"

கண்ணாடி பதித்த அலமாரி முன்னால் நின்று தலை வாரிக்கொண்டான். கண்ணாடியில் முகம் தெரிய, அவன் குனிய வேண்டியிருந்தது. அந்தக் குழந்தை முகம் எங்கோ காணோம். ஒரு பிஞ்சு இளைஞனின் முகமாகி விட்டிருந்தது அது.

"கோபி... கோபி..." என்று வெளியில் இருந்து யாரோ அழைப்பது கேட்டது. ஏக காலத்தில் ஜன்னல் வழியாக நானும் கோபியும் எட்டிப் பார்த்தோம். கோபி வயதுடைய ஒருவன்.

"சங்கர் வந்திருக்கான். நான் வெளியே போயிட்டு வரேம்மா..." என்று அவன் அம்மாவைப் பார்த்துச் சொல்லிவிட்டுக் கிளம்பி விட்டான்.

கட்டிலில் சாய்ந்துகொண்டேன்.

"காபி போட்டுக்கொண்டு வர்றேன்" என்று கூறிவிட்டுச் சுமதி போகையில் நான் சொன்னேன்.

"பெரிய மனுஷன் மாதிரி ஆயிட்டான் கோபி..."

"ஆமா... வயசாகுதில்லே..." என்றவாறு அவள் போய் விட்டாள்.

சந்தோஷமாக இருந்தது. கொஞ்சம் வருத்தமும் இருக்கத்தான் செய்தது.

1985

ராட்சஸக் குழந்தை

*மு*டி வெட்டிக்கொண்டு அறைக்குத் திரும்பி இருந்தேன்.

என் தலை இவ்வளவு கேலிக்குரிய பொருளாக இருக்கும் என்று நான் நினைத்துப் பார்த்ததுகூட இல்லை. தலையில் ஒரு கோழி இறகைச் சொருகிக்கொண்டு போகும் பைத்தியக்காரனைப் பார்ப்பதுபோல ரகுவும், சோமுவும் என்னையும் என் தலையையும் சுற்றிச் சுற்றி வந்து பார்த்தார்கள்.

"கிருஷ்ணமூர்த்தி, என்ன ஆச்சு உனக்குத் திடீரென்று" என்றான் ரகு.

"ஏன், எனக்கொன்னும் ஆகல்லியே. நான் நல்லாத்தானே இருக்கேன்" என்றேன். நான்.

"டேய் ரகு, முதல்ல இவன் கிருஷ்ணமூர்த்தியா, இல்லே அவன் தம்பியான்னு பாரு."

"ஐயையோ, நான் கிருஷ்ணமூர்த்திதாம்பா. அதில என்ன சந்தேகம் உங்களுக்கு?"

"எனக்கொன்னு தெரிஞ்சாகணும். இந்த மாதிரி முடி வெட்டிக்க எவ்வளவு கூலி கொடுத்தே? ஒன்னேகால் ரூபாயா?"

"ஒன்னே கால் ரூபாய்க்கு இப்ப எவன் முடி வெட்றான்?"

"இது வெட்டினது இல்லே. அது கடிச்சு எடுத்தது மாதிரி இருக்கு."

"எது?"

"கிருஷ்ணமூர்த்தி விளக்கெண்ணெய்த் தடவிக்கிட்டு படுத்திருப்பான். பெருச்சாளி ஏதோ வந்து அங்க அங்க கடிச்சுக் குதறிட்டுப் போயிருக்கும்."

"இன்னாப்பா, அவ்வளவு மோசமாவா இருக்கு?" என்றவாறு நான் கண்ணாடியைப் பார்த்தேன். கொஞ்சம் வித்தியாசமாகத்தான் தெரிந்தேன். என் தம்பி மாதிரி, என் மைத்துனன் மாதிரி இருந்தேன். டைபாய்டு ஜுரத்தில் படுத்து எழுந்து வந்தவனைப்போலத் தெரிந்தேன். முகமும் உடம்பும் இளைத்து விட்டது மாதிரி இருந்தது.

"ஒரு மாதிரியாத்தான் இருக்கு இல்லே?"

நான் அவ்வாறு சொன்னதுதான் தாமதம். அவர்கள் இருவரும் உருண்டு புரண்டு சிரிக்கத் தொடங்கினார்கள்.

"ரகு, கிருஷ்ணமூர்த்தியை அந்த ஃபைவ் ஸ்டார் சலூனுக்கு அழைச்சுக்கிட்டு போ. அதுவரைக்கும் இவனைத் தள்ளிவை."

ஒவ்வொரு முறையும் முடி வெட்டிக் கொள்ளும்போதெல்லாம் எனக்கு இந்த நிலைமை எப்படியோ ஏற்பட்டு விடுகிறது. தலையிலிருந்து முடி இறங்கியவுடனே, தலை சின்ன பந்து மாதிரி சிறுத்து விடும். முகம் பசியால் இளைத்த மாதிரி ஆகிவிடும். தலையின் பின் பக்கம் வழிக்கப்பட்டு விடுவதால், கழுத்து நீண்டுகொண்டது மாதிரி மெலிந்து போய்விடும். கழுத்து நீண்டு விடுவதால், தோள் முட்டுகள் துருத்திக் கொள்ளும். முடி வெட்டிக்கொண்ட முதல் வாரம் என்னையே எனக்கு அடையாளம் தெரியாமல் போய்விடும்.

இந்த அவஸ்தை சின்ன வயசிலேயே என்னைப் பற்றிக்கொண்டு விட்டதுதான்.

மாதத்தின் முதல் ஞாயிற்றுக்கிழமை, அப்பாவைப் பொறுத்த வரை முடியிறக்கும் கிழமை. காலை இட்லியைப் பிட்டுப் போட்டுக்கொண்டவுடன், பஸ் ஸ்டாண்டுக்குப் பக்கத்திலிருக்கும் கடைக்கு என்னைத் தரதரவென்று இழுத்துக்கொண்டு போவார். "வேணாம்பா... வேணாம்பா" என்று நான் அழுவேன். என் அழுகை அவரை எக்காலத்திலும் கரைத்தது கிடையாதே. பலி பீடத்துக்கு இழுத்துப் போகப்படும் ஆட்டுக்குட்டியே நான். நாற்காலியின் கைகள் இரண்டின் மேலும் பலகையைப் போட்டு, அதன் மேல் என்னை உட்கார வைப்பார்கள். சகலவிதமான கறைகளையும்கொண்ட ஒரு துண்டால் என்னைப் போத்துவான் சிதம்பரம்.

"நல்லா வெட்டு சிதம்பரம். குழந்தை பாரு காட்டுச் செடி முளைக்கிற மாதிரி, தலையில் முடி வளர்றது" என்பார் அப்பா.

உத்தரவு கிடைத்ததும் சிதம்பரம் தன் ஆயுதங்களை எடுப்பார். முதலில் தண்டு மாதிரி ஒரு மிஷின். கைகளில் அதை இடுக்கிக் கொண்டு இந்தக் காது தொடங்கி அந்தக் காது வரை 'சர்சர்' என்று இழுப்பார். மிஷின் மேலும் கீழும் மேய்ந்து என் முடிகளைப் பிய்த்து இழுத்து, மூர்க்கத்தனம் பண்ணும். 'சிவுக் சிவுக்'கென்று வலி பிராணனை வாங்குவதால் அவ்வப்போது தலையை நிமிர்த்துவேன்.

"தலையைக் குனிடா" என்று அப்பா சத்தம் போடுவார்.

"படிக்கற பிள்ளைக்கு ஒரு வாட்டி சொன்னா போதாது?" என்பான் சிதம்பரம்.

அந்தக் காலை நேரத்திலும் ஒரு பழ வாசனை அவனிடமிருந்து பொங்கி, அவன் மூச்சுக் காற்றோடு வந்து என்னைக் குமட்ட வைக்கும்.

"இந்த இருமல் சனியனுக்காக அப்பப்போ கொஞ்சம் போட வேண்டியிருக்கு. இல்லேன்னா இந்தக் கழுதையை யார் தொடுவா?" என்று அப்பாவிடம் சொல்வான் சிதம்பரம்.

"அது சரி, அளவோட குடிச்சா தப்பில்லையே" என்பார் அப்பா. வாந்தி வந்துவிடுமோ என்ற பயத்தில் இருப்பேன் நான்.

அடுத்த படியாகக் கத்தியைக் கல்லில் தீட்டிக்கொண்டு என் கன்னத்தைப் பார்க்க வருவான் சிதம்பரம். இதோ இப்போது காதுக்கு இப்போது கன்னத்துக்கு, எது போகுமோ என்று பயத்திலும், கத்தி முடியை எடுக்கும்போது ஏற்படும் வலியிலுமாக உடம்பு சிலிர்த்துப் போய் இருப்பேன், நான்.

"கண்ணாடியைப் பாரு, இன்னா ஜோக்கா இருக்கே. பாரு மாப்பிள்ளை மாதிரி" என்று தன் தொழில் திறமையைத் தானே ரசித்துக் கொள்வான் சிதம்பரம்.

என்னைப்போல, ஆனால் நிறைய வித்தியாசங்களோடு, ஆங்காங்கே ரசம் போன கண்ணாடியில் – தோன்றும் என் முகத்தைப் பார்க்கையில் எனக்கு அழுகை அழுகையாக வரும்.

"ஊம்... பரவாயில்லை, இன்னும் கொஞ்சம்கூடக் கழிச்சிருக்கலாம்" என்பார் அப்பா, ஆதங்கத்தோடு.

"இன்னும் கழிச்சா மொட்டைதாங்க..."

"இந்த வெயிலுக்கு மொட்டை அடிச்சாத்தான் சௌகர்யம்"

குழாய் மூலம் தண்ணீரைக் குளிரத் தலையில் அடித்து விடுவதால் தலை, அப்போது படிந்து – மேலே கறுப்பும், கீழே வெள்ளையுமாய், இந்தக் காதுக்கும் அந்தக் காதுக்கும் நூல் பிடித்துச் சிரைத்த மாதிரி, சரியாகச் சொல்ல வேண்டுமென்றால், ஒரு கருஞ் சட்டியைக் கவிழ்த்த மாதிரி இருக்கும். குளித்துத் தலைத் துவட்டிக்கொண்டவுடன், தலையில் முடி சில இடங்களில் படித்தும், பலப்பல இடங்களில் நட்டு வைக்கப்பட்ட செடி மாதிரி நிமிர்ந்துகொண்டும் மைதானத்தில் புல் முளைத்த மாதிரிக் காணப்படும். அடுத்த நாள் காலை இந்தத் தலையோடு நான் பள்ளிக்கூடம் போக வேண்டுமே என்று நினைக்கும்போது சோறு இறங்காது.

"அட... ராஜா மாதிரி இருக்கியே" என்பார்கள் வீட்டில் உள்ளவர்கள். கேலியாகத்தான் இருக்கும் வேறென்ன?

கடை முழுக்க, மரப்பட்டறையில் மரச் சுருள்கள் குவிந்து கிடப்பது போல், மயிர்ச்சுருள்கள் கறுப்பும் வெளுப்புமாகக் குவிந்திருக்கும். அத்தனை அளவு முடிக்குவியலை ஒரு சேரப் பார்ப்பது ஓர் ஆச்சர்யம்.

கோடை விடுமுறைகளில் தாத்தா வீட்டுக்குப் போவேன். மேட்டுத் தெருவில் மணி என்றழைக்கப்படுகிற மணிமேகலை என்கிற என் தோழி இருந்தாள். சமயங்களில் தாத்தா ஊரிலும் நான் முடி வெட்டிக் கொள்ள நேர்வதுண்டு. இது வித்தியாசமான அனுபவம். மேட்டுத் தெருவின் மேற்கெல்லையில் ஏரி ஒன்று இருந்தது. ஏரிக்கரை ஓரம் இருந்த அரச மரத்தின் கீழே முத்து, கிண்ணம் கத்தியோடு உட்கார்ந்திருப்பார். ஓலைத் தடுக்கில்தான் வாடிக்கையாளர் உட்கார வேண்டும். அரச மரத்துக் காற்று சுழித்துச் சுழித்து ஏரித் தண்ணீரை மொண்டு மொண்டு வரும். உடம்பெல்லாம் குளித்த பின் ஏற்படுகிற குளிர்ச்சி கொள்ளும்.

அன்பே உருவான மனிதர் இந்த முத்துதான். அவருக்குக் கடை இல்லை. நாற்காலி இல்லை. ரசம் போன கண்ணாடி இல்லை. சுத்தியும் கிண்ணம் சீப்புமே அவர் ஆயுதங்கள்.

"வாங்க தம்பி உட்காருங்க" என்பார் முத்து. மொட்டைத் தலை, புருவம் தொடங்கி உச்சி வரை அப்பிய திருநீறு காலணா அளவுக்குக் குங்குமப் பொட்டு வெற்றிலை போட்ட சிவந்த வாய். ஒற்றை ருத்ராட்சம் அணிந்திருப்பார்.

நோகாமல் தொழில் செய்வதில் கெட்டிக்காரர். ஒருமுறைகூட என் முடியைப் பிடித்து இழுத்ததில்லை. இரத்தம் வரக் கீறியது இல்லை. குனிந்த தலை நிமிராமல்கூட "கொஞ்சம் ஒய்வு

எடுத்துக்கறது அப்புறம் குனியறது” என்பார். காலம் அவர் கைக்குள் இருந்தது. அவருக்கும் அவசரம் இல்லை. அவரிடம் வந்தவர்களுக்கும் அவசரம் இல்லை. ஆபீஸ் இல்லை. எல்லோரும் அரை நாள் முடி வெட்டிக்கொண்டார்கள்.

தொழிலை முடிக்க ரெண்டு மணி எடுத்துக் கொள்வார். முடிவெட்டிக்கொண்ட சிரமம் இருக்காது. காற்று வாங்க ஆற்றங்கரையில் உட்கார்ந்திருப்பது போல் இருக்கும். பலரும் இருப்பார்கள், பேசுவார்கள், காற்று வாங்குவார்கள், விரும்பினால் சவரமும் பண்ணிக் கொள்வார்கள்.

முத்து என்னைப் பார்க்கும் போதெல்லாம் “உங்க தொப்புள அறுத்த கத்தி என்கிட்ட இன்னும் இருக்கு தம்பி” என்பார். முத்துவின் அம்மாதான், என் அம்மாவுக்குப் பிரசவம் பார்த்தது. குளுமைக்காக அவர் அம்மாத்தான் எனக்கு நெற்றியில் சூடு போட்டது, என்றெல்லாம் பழங்கதைகளை அலுக்காமல் சொல்வார். எனக்கும் கேட்பதில் சுவாரஸ்யம் இருக்கவே செய்யும். ரொம்ப நாள் வரை தொப்புளை, எதற்கு கத்திகொண்டு அறுக்க வேண்டும் என்று எனக்குப் புரிந்தது இல்லை.

பழைய ஒப்பித்தால் தெருவும், டூப்ளக்ஸ் தெருவும் சந்திக்கும் இடத்தில், ‘ஞானம் அமைந்த அறிவுள்ள இடத்தில் தொழில் செய்யும் சிறந்த நிலையம்’ என்ற ஐந்துக்கு ரெண்டரை அளவுக்கு ஒரு போர்டு தொங்கும். மிகப் பருமனும், முழு நிலா மாதிரித் தாடியும்கொண்ட அந்தக் கடையின் உரிமையாளர் ஒருநாள் விளக்கம் அளித்தார்.

“எண் சாண் உடம்புக்குச் சிரேசே பிரதானம். தலையில்தான் மூளை. அதுதான் அறிவும் ஞானமும் இருக்கும் இடம். அங்கு தொழில் செய்கிற சிறந்த இடம் நம்முடையது” என்றார் அவர்.

பத்தாம் வகுப்புக்கு வந்த பின், சுதந்திரம் பெற்ற நான் இந்தக் கடையில்தான் வெட்டிக் கொள்வது என்று வழக்கப்படுத்தியிருந்தேன். கிட்டத்தட்ட ஒரு மணி நேரம் என்னை அவருக்கு ஒப்புக் கொடுத்து விடுவேன். அவர் கத்திரி, சிட்டுக் குருவியைப்போல வாய் ஓயாமல் கத்திக்கொண்டேயிருக்கும். பார்பர் ஷாப்பில் இருப்பதுபோல இருக்காது. ஒரு சோலைக்குள் இருப்பேன்.

*

“நாளைக்குப் போலாமாடா கிருஷ்ணமூர்த்தி?”

“எங்கே?”

“முடி வெட்டிக்கத்தான்...”

“போனாப் போச்சு...”

“ஷுவரா சொல்லுடா... ஃபோன் பண்ணி பிக்ஸ் பண்ணனுமே...”

“ஃபோனா?”

“ஆமாம்டா, ஃபோன் பண்ணி பிக்ஸ் பண்ணிக்கிட்டுத்தான் போவணும். நீ போய் நின்ன உடனே இழுத்து வச்சுச் செரைக்க, அரசமரத்தடின்னா நினைச்சே... இது ஃபைவ் ஸ்டார் ஓட்டல் சலூன்ப்பா...”

மறுநாள் மாலை ஆறு மணி முதல் ஏழு மணி வரை எனக்காக நேரம் ஒதுக்கப்பட்டது என்று மிகப் பணிவாகவும், நட்பாகவும் அந்த ஆண்மை நிறைந்த குரல் சொல்லியது.

நாங்கள் ஐந்தே முக்காலுக்கு அங்கிருந்தோம். கதவைத் திறந்ததும், ஏ. சியின் பனி முகத்தில் படிந்தது. ஒரு ஜாணுக்கு உள்ளிழுக்கும் சோபாவில் அமர்ந்து நாங்கள் என் முறைக்குக் காத்திருந்தோம். எனக்கு நேரே கண்ணாடிக் கதவு. ஆனால் உள்ளிருப்பது தெரியாத விதத்தில், திரை மறைத்தது. எங்கிருந்தோ சுகமான மணமும், கூடவே வாசனை மாதிரி சங்கீதமும் வந்தது. ஒரு புனிதமான இடத்தில் இருப்பது போன்ற உணர்வு தோன்றியது.

என் வாட்ச் ஆறைக் காட்டியபோது கண்ணாடிக் கதவு திறந்தது. என் வயசு உள்ள ஒருவர் நட்பான புன்னகையோடு என் முன் கை நீட்டினார். ஆங்கிலதில் மிக மென்மையாகச் சொன்னார்.

“நான் ராஜன். தாங்கள்தானே தி. கிருஷ்ணமூர்த்தி.?”

“ஆம்”

“தங்களைச் சந்தித்ததில் மிக்க மகிழ்ச்சி. தயவுசெய்து உள்ளே வாருங்களேன்.”

“நான் மட்டும் அவரைத் தொடர்ந்து உள்ளே சென்றேன். உள்ளே எங்கு நோக்கினும் வெள்ளையும், இள மஞ்சளுமாக சோபா மற்றும் நாற்காலிகள் இருந்தன.

சோபாவைக் காட்டி "உட்காருங்கள்" என்றார். அதே சமயம் உட்பக்கம் கதவைத் திறந்துகொண்டு ஒரு பையன் காபிகொண்டு வந்தான்.

"தயவு செய்து காபியைப் பெற்றுக் குடியுங்கள்" என்றார் ராஜன்.

"குடித்து விட்டுத்தான் வந்தேன்"

"நான் கொடுத்து அதை நீங்கள் குடிக்கக்கூடாதா?" அவர் ஏதோ ஓர் அர்த்தத்தில் கேட்பது புரிந்தது.

உடனே நன்றி சொல்லி வாங்கிக்கொண்டேன். அந்த சூழ்நிலைக்குப் பொருத்தமானவனாக நான் என்னை உணர முடியவில்லை. கொஞ்சம்போல ஒரு தாழ்வு மனப்பான்மை எனக்கும் எட்டிப் பார்த்தது. என்னிலும் ராஜன் மிக உயர்ந்த ஆடை அணிந்திருந்தார். அழகாக ஆங்கிலம் பேசினார். சௌகர்யமாகவும் இருந்தார். காபியைக் குடித்ததும், பிறிதொரு நாற்காலியில என்னை உட்கார வைத்தார்.

"முன்பக்கம் அதிகமாகக் 'கட்' பண்ண வேண்டாம்" என்றேன்.

"எனக்குத் தெரியும் நண்பரே. தலையைப் பற்றிய கவலையை என்னிடம் விடுங்கள். டாக்டருக்கு உடம்பைப் பற்றித் தெரியும். அவரிடம் இந்த மாத்திரையைக் கொடுங்கள் என்று கேட்பீர்களா?" என்றார் ராஜன்.

நான் அடங்கி விட்டேன்.

ஒரு கண்ணாடியை என்னிடம் கொடுத்தார்.

"பார்த்துக் கொள்ளுங்கள். இந்தத் தலையை வைத்துக்கொண்டு எப்படித் தெருவில் நடமாடினீர்கள். ஆச்சர்யம்தான்! நான் வேலை செய்து முடித்த பிறகு அப்புறம் பாருங்கள்."

அவர் குரலில் எவ்வளவு பணிவிருந்ததோ அந்த அளவுக்குக் கண்டிப்பும் இருந்தது.

அடுத்த ஒரு மணி நேரமும் மிக இனிமையாகக் கழிந்தது. தலையில் அவர் கைபடுவதாகவே எனக்குத் தோன்றவில்லை. ஏதோ ஒரு ரசயான மாற்றம் நிகழ்வது மாத்திரம் தெரிந்தது. எங்கிருந்தோ ஒரு பெண்மணி பாடும் இசையில் என்னைப் பறிகொடுத்தேன்.

முடிந்ததும், மீண்டும் என் முன் ஒரு கண்ணாடியைக் காட்டினார், ராஜன். என்னால் நம்ப முடியவில்லை. என் முகம் அழகு கூடியிருந்தது. முடிவெட்டியது மாதிரியே தெரியவில்லை. வெட்டப்பட்டிருந்தது.

என் தகுதியை மீறிய கட்டணத்தைக் கொடுத்து விடை பெற்றேன். ஒரு டாக்டர் வீட்டுக்கு, ஒரு வழக்கறிஞர் வீட்டுக்கு, ஓர் ஐ. ஏ. எஸ் அதிகாரி வீட்டுக்குப் போய் வந்த மாதிரி இருந்தது.

போனவாரம் தாத்தா ஊர்பக்கம் போயிருந்தேன். முத்து இருந்தார். கடை இல்லை. ஏரி தூர்க்கப்பட்டுக் கட்டடங்கள் எழும்பிக்கொண்டிருந்தன. தனியாகக் கடை வைத்து நடத்தும் சக்தி முத்துவுக்கு இல்லை. கிராமம், கட்டடங்கள் மலிந்த நகராக உருமாறிக்கொண்டிருந்தது.

அந்த அரசமரம் இப்போது இல்லை. கரைகளில் உட்கார்ந்த மனிதர்களும் இல்லை.

அந்த ஐந்து நட்சத்திர ஓட்டலில் முடி வெட்டிய ராஜனின் ஞாபகம் வந்தது. ராஜனின் இடத்தில் முத்துவை வைத்துப் பார்த்தேன்.

"பட்டணமெல்லாம் எப்படித் தம்பி இருக்கு?" என்றார் முத்து.

"அதுக்கென்ன? ராட்சஸக் குழந்தை மாதிரி அது வளர்ந்துக்கிட்டு இருக்கு... உன்னை மாதிரி ஆளுகளை அழிச்சு, அது மாத்திரம் கொழுகொழுன்னு ஆயிட்டு இருக்கு" என்றேன்.

1985

வடு

வகுப்புக்குள் நுழைந்து, முதல் பெஞ்சில், முனையில் உட்கார்ந்துகொண்டான் கிருஷ்ணமூர்த்தி. மாணவர்கள் யாரும் வந்திருக்கவில்லை. கல்லூரி தொடங்கிய முதல் நாள் அது என்பதோடு, கிருஷ்ணமூர்த்தியின் கல்லூரி வாழ்க்கைக்கும் அது முதல் நாளாய் இருந்தது. மனம் அந்தப் புதிய வாழ்க்கையின் புதுமைகளை எதிர்பார்த்துப் பரபரத்தது.

அடுத்த சில நிமிஷங்களுக்குள் அவள் வந்து, கிருஷ்ணமூர்த்தி அமர்ந்திருந்த பெஞ்சுக்குப் பக்கத்துப் பெஞ்சில் அமர்ந்தாள். அறையைச் சுற்றி நோட்டம் விட்டாள். நான்கு ஜன்னல்களோடு கூடிய விசாலமான அறை அது. இடப் பக்கத்து ஜன்னல்கள் வெட்டாற்றை நோக்கி அமைந்திருக்கும். இருந்த இடத்திலிருந்தே கலங்கிய பழுப்பு நிற ஆற்று நீரைப் பார்க்க முடியும். படித்துறைகளில் துணி தப்பும் ஓசைகளைக் கேட்க முடியும். ஈரம் முகந்த காற்று இடையறாது வீசிக்கொண்டிருக்கும். அறைக்குள் மூன்று சாரியாகப் பெஞ்சுகள் போட்டிருந்தார்கள். இரண்டிரண்டு பேர் அமரும் பெஞ்சுகள். வகுப்பைப் பார்த்து முடித்த அவள் பார்வை அவனிடம் வந்து நிலைத்தது.

சின்னதாய்ச் சிரித்துக்கொண்டே "ஹலோ" என்றாள் அவள்.

திடுக்கிட்டுத் திரும்பினான் அவன்; அது புதிய அனுபவம். இந்த வயதுடைய பெண்களோடு அவன் பேசியது இல்லை. அக்காவோ, தங்கைகளோ இல்லாத தனியனாகப் பிறந்து வளர்ந்தவன். அதனாலேயே பெண்களுடன் பேசுவது என்பது கூச்சமான, தப்பான, ஒழுக்கம் இல்லாத காரியமாய் இருந்து வந்துள்ளது

அவனுக்கு. அத்தோடு, பெண்களோடு பேசினால் பழகினால் 'காது அறுந்து விடும்' என்று பாட்டி சொல்லி வைத்திருந்தாளே. மேலும் 'சாமி வேறு கண்ணைக் குத்தும். சாமி தூங்கும்போது வந்து அந்தக் காரியத்தைச் செய்யுமாமே...' பாட்டியின் வார்த்தைகள், அவனுக்குப் பெண்கள் மேல் அதிகம் கவர்ச்சியை ஏற்படுத்தின.

மிரண்டு போய் "ஹலோ" என்றான்.

மீண்டும் அதே சிரிப்பு. மனநிறைவை வெளிக்காட்டும் சிரிப்பு. சிநேகிதத்தை வரவேற்கிற சிரிப்பு. மேல் ஆறு பற்கள் தெரிய அவள் சொன்னாள், "நான் செண்பக ராஜலட்சுமி..."

"நான் கிருஷ்ணமூர்த்தி..."

அந்த நிமிஷம்தான் அவனுக்குள் அவள் வந்து புகுந்துகொண்ட நிமிஷமாக இருக்கும். அவளுடைய மான் நிறம், சற்றுப் பெரிய கண்கள், வலது கண்ணில் விழிக்குப் பக்கம் குட்டியாய் ஒரு மச்சம். உடம்பில் உஷ்ணம் ஏற்படுத்துகிற உதடுகள். ஆகாய நிறத்தில் சேலையும் அதனுடன் இயைந்த பிளவ்சும். உபயோகித்திருந்த பவுடரின் மணமும் லேசாகக் கமழ்ந்து அவனைக் கிளர்ச்சியுறச் செய்திருந்தது.

மாணவர்கள் ஒவ்வொருவராக வந்து வகுப்பை நிறைத்துக்கொண்டிருந்தார்கள். திடீரென்று, இதுவரை இருந்த கூச்சம் அவனிடமிருந்து விலகிப் போய்விட்டதுபோல இருந்தது.

கைக்குள் சுருட்டி வைத்திருந்த கைக்குட்டையைச் செண்பகா மேசை மேல் வைத்தாள். புதிதாக நாலைந்து பெண்கள். ஒருத்தி செண்பகா பக்கத்தில் வந்து அமர்ந்தாள். அவளுடன் பேசத் தொடங்கி விட்டாள் செண்பகா. சின்னஞ்சிறு கைக்குட்டை, ஒரு சிட்டுக்குருவி வந்து மேஜையில் அமர்ந்ததுபோல இருந்தது. பெண்களுக்கென்றே உருவாக்கப்பட்டது. பெண்களுக்கு என்றால் கைக்குட்டை செய்பவன்கூடக் கவிஞனாகி, சின்னஞ்சிறுசாய், உள்ளங்கை அகலத்தில் பூவும் வண்ணமுமாய்க் கைக்குட்டைகள் தயார் செய்கிறான். ஆண்களுக்கு என்று வந்து விட்டால், ஓர் அலட்சிய பாவம் அவனுக்கு ஏற்பட்டு விடும் போலும். ஒரு துண்டை இரண்டாக வெட்டி கைக்குட்டை என்பான்.

முதல் நாள் என்பதால் அன்று மதியத்தோடு கல்லூரி முடிந்தது. போகும்போது மறக்காமல் "வர்றேன்" என்று சொல்லி விட்டுப் போனாள் செண்பகா. அதற்குள் அவளுக்குத் தோழிகள் கிடைத்து விட்டிருந்தார்கள். சிநேகத்தை யாசிக்கிற அவள் சிரிப்பு,

பெண்களையும் ஈர்க்கத்தானே செய்யும். கிருஷ்ணமூர்த்திக்கு நெருப்பாய் வந்து இறங்குகிற வெயில், உறைக்கவில்லை.

உலகமே ரம்மயிமாய் இருந்தது. இதுதான் காதல் போலும் என்று தோன்றியது. காதலின் சந்தோஷமே தான் காதலிக்கிறோம் என்பதிலா? இல்லை, தான் ஒருத்தியால் நேசிக்கப்படுகிறோம் என்பதில்தானே! ரோட்டோர வாய்க்காலுக்குப் பக்கத்தில் முளைத்திருந்த புற்களும் மிக அழகாய்த் தோன்றின. முன்னே செண்பகாவும் தோழிகளும் போய்க்கொண்டிருந்தார்கள். செண்பகாவே தலைவி. அவள் கையை அசைத்து அசைத்து என்னமோ பேச மற்றவர்கள் அதற்குச் சிரித்துச் செவி சாய்த்துக்கொண்டிருந்தார்கள்.

பெண்கள் விடுதியைக் கடந்துதான் அவன் அறைக்குப் போக வேண்டும். கீழும், மாடியிலும் கம்பி அழிபோட்ட பெரிய வீடே விடுதியாக இருந்தது பெண்களுக்கு. கேட்டைத் திறந்துகொண்டு உள் நுழைந்தவள் திரும்பிப் பார்த்தாள். கிருஷ்ணமூர்த்தியைப் பார்த்து மீண்டும் அதே சின்னச் சிரிப்பைத் தூக்கிப் போட்டு விட்டுப் போனாள்.

கல்லூரி வாழ்க்கை மிகச் சந்தோஷமாக, சௌகர்யமாக இருப்பதாகத் தன் அப்பாவுக்குக் கடிதம் எழுதினான் அவன்.

ஜாமெட்ரி பெட்டி அளவில் ஒரு பை வைத்திருப்பாள் செண்பகா. சில்லறைகள், கைக்குட்டை, எல்லாம் அதில் வைத்திருப்பாள். மதிய வகுப்புக்கு வருபவள், வந்தவுடன் சப்தம் எழாமல் பாக்குப் பொட்டலத்தைப் பிரிப்பாள். அது ஒரு பழக்கம் அவளுக்கு. கிருஷ்ணமூர்த்தியின் உஷார்க் காதுகளுக்கு அந்த மொரமொரச் சப்தம் வந்து விழும். பெஞ்சின் கீழ் வாட்டத்தில் கையை நீட்டுவான் கிருஷ்ணமூர்த்தி, இரண்டு துண்டுப் பாக்குகள் உள்ளங்கையில் விழும். சமயங்களில் பொட்டலத்தில் உள்ளது எல்லாம் கொட்டி விடும். உடனே பாதியை அவன் கையிலிருந்தே அவள் எடுத்துக் கொள்வதும் அல்லாமல் அவன் புறங்கையில் நறுக்கெனக் கிள்ளி விடுவதும் உண்டு. பெண்கள் கிள்ளினால் வலிக்காது.

"ஞாயிற்றுக் கிழமை மேட்னிக்குப் போறமே..." என்பாள் செண்பகா. ஒரு சின்னக் குழந்தையின் குதூகலத்துடன்.

"யார்... யார்?"

"நான் மல்லிகா, ஹம்சவல்லி..."

"என்னைச் சேத்துக்கக்கூடாதா...?"

"ஓய் நாட்... வாங்களேன்..."

போவான்.

பனிரெண்டு மணிக்குள் குளித்து ஒரு மணிக்குள் தயாராகி விடுவான். பக்கத்தில் இருந்த அந்தத் தியேட்டருக்கு ஒன்றரை மணிக்குள் வந்துவிடுவான். செண்பகா கோஷ்டி மூணு அடிக்கும்போது சாவகாசமாகப் பேசிக்கொண்டே வந்து சேரும். இந்தப் பெண்களே இப்படித்தான். ஆண் பிள்ளைகளைக் காத்திருக்கச் செய்வதில் அவர்களுக்கு ஒரே குரூர திருப்தி.

*

பெரிய கோயில் நந்திக்கு எதிரே அமர்ந்திருப்பார்கள். புதர் புதராய் இருட்டு. செண்பகா சொன்னாள், "அப்பா ரொம்பக் கண்டிப்பு. நான் படிச்சு உத்தியோகம் பார்க்கணும்"னு உயிரை வைத்துக்கொண்டிருக்கிறார். அம்மா எல்லா அம்மாவையும் போலத்தான். ரெண்டு தங்கைகள். ஒருத்திக்கு, பாட்டு ரொம்பப் பிடிக்கும். ஒருத்திக்கு சினிமா உயிர்"

செண்பகா நெஞ்சில் உள்ளவற்றையெல்லாம் இறக்கி வைக்கிற பெண். ஆயினும் அவளை அவனால் புரிந்து கொள்ள முடியவில்லை. சமயங்களில் கிருஷ்ணமூர்த்தி பிந்தி வகுப்பு வருவான். அவன் இடத்தில் தங்கவேலு உட்கார்ந்திருப்பான். அவனை ஏனோ கிருஷ்ணமூர்த்திக்குப் பிடிக்காமல் போய்விட்டது. அவனுக்கும் மத்தியானம் பாக்கு கொடுக்கிறாளே செண்பகா? தங்கவேலு கிண்டல்கார மனிதன்; சிரிக்கச் சிரிக்கப் பேசுவான்; கொஞ்சம் அசட்டுத்தனம், கொஞ்சம் பெண் பிள்ளைத்தனம், உதவுவது, சளசளவென்று பேசுவது ஆகியவை பெண்களுக்கு மிகவும் பிடிக்கும் போலும். செண்பகா யாருடனாவது பேசினால் கிருஷ்ணமூர்த்தி வயிறு எரிந்து போகிறான். காதலோடு பொறாமையும் பிறந்து விடுமா என்ன?

"மிஸ்டர் கிருஷ்ணமூர்த்தி... லீவில் ஊருக்குப் போறீங்கல்லையா?" என்றாள் செண்பகா.

கிருஷ்ணமூர்த்திக்கு இந்த விடுமுறை எல்லாம் ஏன் என்று இருந்தது.

"ஆமா... போய்த்தான் ஆகணும்... நீங்க போறீங்க தானே..."

"கட்டாயம்... நீங்களும் விழுப்புரம் வரைக்கும் என்னோட வரலாம். உங்களுக்கு ஒரு பிரண்டை நான் அறிமுகப்படுத்தறேன். அப்புறம் அப்படியே நான் உளுந்தூர்ப் பேட்டைக்கும், நீங்கள் பாண்டிச்சேரிக்கும் போயிடலாம்"

கசக்குமா என்ன? அதுவும் முதல் பயணம், பஸ்ஸில் பக்கத்தில் பக்கத்தில் அமர்ந்தே பயணம் செய்தார்கள். பாதை குண்டும் குழியுமாய் இருந்தது. வண்டி குலுங்கியது. பலமுறை இருவரும் இடித்துக் கொள்ளத் திருவள்ளுவர் மூலம் அரசே உதவி செய்கிறார் போல் அவனுக்குத் தோன்றியது. ரோட்டுக் காவல்காரர்களாய் மரங்கள் நின்றிருந்தன.

விழுப்புரத்தில் கிருஷ்ணமூர்த்திக்கு ஓர் ஆச்சரியம் காத்திருந்தது. செண்பகாவுக்காகக் காத்திருந்த ராஜை அவள் அவனுக்கு அறிமுகப்படுத்தினாள்.

"மிஸ்டர் ராஜன்... இவர்தான் என் பிரண்ட். கிளாஸ்மேட் மிஸ்டர் கிருஷ்ணமூர்த்தி."

"ஓ... உங்களைத் தெரிந்துகொண்டதில் ரொம்ப மகிழ்ச்சி. செண்பகா எல்லா கடிதத்திலும் உங்களைப் பற்றி எழுதியிருக்கிறாள்" என்று ராஜ் சொன்னான் சரளமான ஆங்கிலத்தில்.

முதல் பார்வையிலேயே ராஜ் அவனுக்குப் பிடிக்காமல் போய் விட்டான். கிருஷ்ணமூர்த்தியைக் காட்டிலும் அவன் உயரமாக, நிறமாக, அழகாக, இளமைப் பொலிவோடு, 'ஏய்... இவள் என்னுடையவள்டா...' என்று சொல்லாமல் சொல்லிக்கொண்டு நின்றான். சட்டென்று ஓர் இருள் மனசுக்குள் வந்து உட்கார்ந்துகொண்டது போல் உணர்ந்தான் கிருஷ்ணமூர்த்தி. ஒரு காதல் மெழுகுவர்த்தியால் மட்டுமே போகக் கூடிய இருள்.

"ஏதேனும் சாப்பிடலாம் வாருங்கள்" என்றான் ராஜ். அவர்கள் இருவரும் முன் நடக்கப் பின்னால் நடந்து போனான்.

அவள் பையையும் அவன் தோளில் மாட்டியிருந்தான் கிருஷ்ணமூர்த்தி. வெட்கம், வேதனை, கூச்சம் எல்லாம் மீண்டும் அவனை வந்து பற்றிக்கொண்டது போல் அவன் உணர்ந்தான். ஒரு ரெண்டு மூன்று மேசை நாற்காலிகளும், லட்சக்கணக்கான கொசுக்களும் இருந்த ஒரு ஹோட்டலில் அவர்கள் காபி சாப்பிட்டார்கள். செண்பகாவும், ராஜும் அருகருகே இருக்க, எதிர்ப்புறத்தில், கிருஷ்ணமூர்த்தி, யுகம் யுகமாக அவர்கள் பேசுகிறார்கள்போல அவனுக்குப் பட்டது. உடன் அவளை விட்டு ஓட வேண்டும்போலவும் இருந்தது.

"சரி... நான் கிளம்பறேன்..." என்றான்.

"ஓ... சாரி. நீங்க என்கூட வந்ததை மறந்தே போயிட்டேன் கிருஷ்ணமூர்த்தி. நீங்க புறப்படுங்க... தேங்க்யூ எ லாட், கடிதம் எழுதுங்க; காலேஜ்ல மீட் பண்ணுவோம்..." என்றாள் செண்பகா... ராஜ் கைகுலுக்கி விடை கொடுத்தான்.

பாண்டிச்சேரி பஸ் கிடைக்க ஒரு மணி ஆயிற்று. அது வரைக்கும்கூடச் செண்பகா பஸ் நிலையத்துக்கு வரவில்லை. அங்கிருந்துதான் உளுந்தூர்ப்பேட்டைக்குப் போக வேண்டும். இருட்டி விட்டது. வானத்தில் நட்சத்திரங்கள் வீணே கொட்டிக் கிடந்தன.

*

கிருஷ்ணமூர்த்தியின் எண்ணத்தை உறுதிப்படுத்துவது மாதிரி செண்பகாவே கடிதம் எழுதி இருந்தாள். அதில் ராஜைத்தான் அவள் திருமணம் செய்து கொள்ளப் போவதாகக் குறிப்பிட்டிருந்தாள். இருவரும் ஒரே ஊர்க்காரர்கள்.

ஏமாற்றப்பட்டு விட்ட உணர்வு அவனுக்கு ஏற்பட்டிருந்தது. அவள்மீது கோபம் கோபமாய் வந்தது. பெண்களே ஏமாற்றுக்காரிகள் என்றுகூட நினைத்தான். அதன் எதிரொலியாகக் கல்லூரி மீண்டும் தொடங்கிய முதல் நாள் முதல் பெஞ்சில் உட்காராமல் கடைசி பெஞ்சுக்குப் போனான். செண்பகம் ஒரு கணம் அவனைத் தேடி ஏமாந்து, திரும்பி அவனைப் பார்த்து வாய்க்குள்ளேயே ஹலோ சொல்லி, அதே சிரிப்பொன்றை உதிர்த்துத் தன் இடத்தில் உட்கார்ந்தபோது, அவனுக்குத் திருப்தியாக இருந்தது.

"என்ன அண்ணாச்சி, ஊடலா?" என்றான் தங்கவேலு. யாரையும் அண்ணாச்சி என்றுதான் அழைப்பான் தங்கவேலு. யாரிடமாவது கொட்ட வேண்டும் என்று இருந்த கிருஷ்ணமூர்த்திக்கு வாய்ப்பு ஏற்பட்டு விட்டது. கொட்டியது. தங்கவேலு சொன்னான்:

"ரொம்ப சின்ன விஷயம் அண்ணாச்சி. அந்தப் பொண்ணை நீங்கதான் காதலிச்சிருக்கீங்க... அது ஒரு சிநேகிதியா மட்டும்தான் உங்ககிட்ட இருந்திருக்குது... நீங்கதான் தப்புப் பண்ணியிருக்கீங்க. காதலுக்கும் சினேகிதத்துக்கும் நமக்கு வித்தியாசம் தெரியறது இல்லே. ஒரு மயிரிழைதான் ரெண்டுத்துக்கும் வித்தியாசம் அண்ணாச்சி. நீங்க ரொம்ப நல்லவர், ஆனா இந்த விஷயங்கள்லே அனுபவம் இல்லாதவரு. அதனால்தான் கோபம் வருது உங்களுக்கு... போகப் போகப் பாருங்க... ரொம்ப ஷாக்கிங் நியூஸ் எல்லாம் உங்களுக்கு வரும்..."

தங்கவேலு சொல்வது உண்மை என்று கிருஷ்ணமூர்த்திக்கு விளங்கத்தான் செய்தது. எனினும் அவனுக்குக் கோபமும், நிராசையும் ஏமாற்றப்பட்டு விட்டோம் என்கிற ஆதங்கம் மனசில் அடித்தட்டில் இருக்கவே செய்தன. கொஞ்சம் ஆழ்ந்து சிந்தித்திருந்தான் என்றால் அவனது கோபத்தின் ஊற்றுப் பிறந்த இடத்தை அவனால் கண்டுபிடித்திருக்க முடியும். தான் நேசிக்கப்படவில்லை, தான் எதிர்பார்க்கிற விதமாக என்பதே அதன் நிஜக் காரணம்.

தங்கவேலு சொன்னது பலிக்கவே செய்தது. அடுத்த மூன்று மாதங்களில் ஏகப்பட்ட சம்பவங்கள் நிகழவே செய்தன.

செண்பகா பளீரென்று மிக அழகாகத் தென்பட்டாள். உடம்பு கொஞ்சம் பூசினாற்போலாகி விட்டது. கன்னத்தில் செம்மை கூடியது. ஒரு களைப்பும் சோர்வும் நிழலாக அவள் முகத்தில் படிந்தன. கிளர்ச்சி ஊட்டிய அந்த அழகுக்கு வேறு காரணம் இருந்ததை அவன் கண்டுபிடிக்கவில்லை. வார்டன் கண்டு பிடித்தான். கல்லூரி நிர்வாகம் அவளை வெளியேற்றி விட்டது.

மாதங்கள் பலவாகியும், அந்த லட்சக்கணக்கான ஈக்கள் இன விருத்தியாகிக் கோடியாகிப் பல்கிப் போன அதே ஹோட்டலில் அந்த மூன்று பேரும் இருந்து காபி சாப்பிட்டுக்கொண்டிருந்தார்கள்.

ராஜ் சொன்னான். “இதில் பயப்படறதுக்கோ, வருத்தப் படறதுக்கோ ஒன்றுமில்லை கிருஷ்ணமூர்த்தி. கொஞ்சம் அவசரப்பட்டுட்டோம். முன் யோசனை இல்லாமே இருந்துட்டோம். இதைத் தவிர்த்திருக்கலாம். நீ வீட்டுக்குப் போ செண்பகா. நான் இன்னும் இரண்டு மூன்று நாளைக்குள்ளே உங்க அப்பாவை வந்து பாக்கறேன்.”

செண்பகா ஒரேயடியாக ஆடிப்போய் விடவில்லை. சமாளித்துக் கொண்டு ஏற்றுக்கொண்டுவிட்டாள். அது கிருஷ்ணமூர்த்திக்கு ஏமாற்றமாக இருந்தது. அவள் அழுது ஆர்ப்பாட்டம் செய்வாள் என்றும், ‘நான் என்ன பண்ணுவேன்...’ என்று ராஜ் சொல்வான் என்றும், கிருஷ்ணமூர்த்தி எதிர்பார்த்திருந்தான்.

“வீட்டில் ஏதேனும் சிக்கல்”னா உடனே புறப்பட்டு இங்க வந்துடு செண்பகா. என் சம்பாத்யம் நம்ம ரெண்டு பேருக்கும்போதும். கல்யாணம் பண்ணிக்கலாம்” என்றான் ராஜ்.

செண்பகா நிம்மதியடைந்தவளாய் இருந்தாள். வார்டனின் கோபம், பிரின்ஸ்பலின் அதிர்ச்சி குறித்தெல்லாம் தமாஷாகப்

பேசிக்கொண்டிருந்தாள்.

செண்பகாவைப் பஸ்ஸில் ஏற்றி அனுப்பி வைத்தார்கள். பஸ் புறப்பட்டவுடன்தான் அவள் கலங்குவது தெரிந்தது. “கவலைப் படாதே...” என்று தேற்றினான் ராஜ்.

அப்பா ரொம்பக் கோபக்காரர் என்று சொல்லி இருந்தாளே செண்பகம். அவர் முரட்டுத்தனமாக நடந்துக் கொள்ளப் போகிறார். அம்மா வயிற்றில் அடித்துக்கொண்டு அழுவாள். தங்கைகள் தலைக்கொருவராக நின்றுகொண்டு பிழியப் பிழிய அழுவார்கள். ‘போடி வெளியே’ என்று அவள் அப்பா நிச்சயம் சொல்வார். அவ்வாறுதான் நடக்கப் போகிறது நடக்க வேண்டும் என்று எதிர்பார்த்தான் கிருஷ்ணமூர்த்தி.

அப்படியெல்லாம் நடக்கவில்லை என்று ராஜே சொன்னான். தை மாசத்தில் கல்யாணம் வைத்திருப்பதாகச் சொன்னான்.

*

பல மாதங்களுக்குப் பிறகு தங்கவேலுவும் கிருஷ்ணமூர்தியும் வெட்டாற்றங்கரைப் படிக்கட்டில் அமர்ந்து பழைய ஞாபகங்களைக் கிளறிக்கொண்டிருந்தார்கள். கிருஷ்ணமூர்த்தி சொன்னான்:

“காதல் நிறைவேறல்லைன்னு நான் வருத்தப்படலை தங்கவேலு. செண்பகாவுக்கு கர்ப்பம் தரிச்சு, காலேஜ் விட்டுப் போற நிலைமையெல்லாம் ஏற்பட்டுச்சே அதுக்காக அல்லவா நான் வருத்தப்பட்டிருக்கணும். உண்மையான சினேகிதன்னா, அவங்க ரெண்டு பேரையும் எப்படிச் சேத்து வைக்கலாம்னு அல்லவா நான் யோசிச்சு இருக்கணும்? எப்படா ராஜ் கழண்டுக்குவான், எப்படா அவ அப்பா அவளை வீட்டை விட்டுத் துரத்துவார், அதுதான் சமயமின்னு நான் அவளை என் பக்கம் இழுத்துக்கலாம்னு நினைச்சேன் பாரு... அந்தக் கயவாளித்தனத்தை நினைச்சாத்தான் மனசு ஆற மாட்டேங்குது...”

“கவலைப்படாதீங்க அண்ணாச்சி... நாமளும் மனுஷங்கதானே... நீங்க மட்டும்தான் அப்படி நினைச்சீங்களா?... நானும்தான். இப்போ அவ நல்லா இருக்கா... அப்படியே என்னைக்கும் இருக்கணும்னு நான் வேண்டிக்கிறேன்...” என்றான் தங்கவேலு.

1985

நிழல்

டைரக்டரும், அன்று கால்ஷீட் கொடுத்திருந்த நடிக, நடிகையரும் ஒளிப்பதிவாளரும் மற்றும் இதர தொழில் நுட்பக்காரர்களும். ‘அம்மா’ ஒருவருக்காகக் காத்திருந்தார்கள். டைரக்டர் ஒன்றன் பின் ஒன்றாகச் சிகரெட்டை புகைத்து, அதை அழுத்தி அணைத்துத் தேய்த்துக்கொண்டிருந்தார். யாரோ ஒருவர் அவரை அணுகி “புரொடியூசர் லைன்லே இருக்கார்...” என்றார்.

“ச்சூ” என்று எரிச்சலில், எழுந்து ஃபோனுக்குப் போனார். புரொடியூசர் மூன்றாவது தடவையாகப் ஃபோன் பண்ணுகிறார்.

“சார்...”

“சாந்தா வந்துட்டாளா?”

“அம்மா இன்னும் வரல்லே சார்... செட்ல எல்லாம் ரெடி. அம்மா வந்துவுடனே ஷுட் பண்ண ஆரம்பிச்சுடலாம்...”

“நான் அப்பவே சொன்னேன். அந்தக் கழுதையைப் போட வேண்டாம்னு... கேட்டிங்களா... இப்ப மணி பதினொன்று... எப்ப அவ வர்றது... எப்ப மேக்கப் போட்டு முடிக்கறது... எப்ப ஷுட் பண்றது. சாயங்காலம் ஆறு அடிச்சா செட்டுக்கும் டெக்னீஷியன்களுக்கும் நான் மடியை அவிழ்த்தாகணும்... மார்வாடி என் பொண்டாட்டி ஒருத்தியைத்தான் எழுதி வாங்கிக்கலே...”

ஃபோன் வைக்கப்பட்ட சப்தத்தை உறுதிப் படுத்திக்கொண்டு, டைரக்டர் இடத்தை விட்டு நகர்ந்தார்.

ஒரு வழியாக மணி பனிரெண்டை நெருங்கும்போது, அந்நிய நாட்டு இறக்குமதியான வெகு நீளக் காரில் சாந்தா தேவி வந்து இறங்கினாள்.

காரிலிருந்து அவள் டச்சப் கேர்ள், அவள் அம்மா, ஹேர் டிரஸ்ஸர், "ஷூட்டிங்க பார்க்கணும்டி என்று வந்த தோழிகள் இருவர் ஆகியோர் இறங்கி வந்தார்கள். டைரக்டரைப் பார்த்து,

"சாரி சார்... கொஞ்சம் லேட்..." என்றாள் சாந்தா.

"இட்ஸ் ஆல் ரைட்" என்று பிரகாசமான முகத்தோடு சொன்ன டைரக்டர், சாந்தா தேவி மேக்கப் ரூமுக்குள் நுழைந்ததும் தன் வாட்சில் மணி பார்த்துக்கொண்டார். அடுத்து இரண்டாவது நிமிடத்தில் சாந்தாவின் டச்சப் கேர்ள், டைரக்டரின் பக்கத்தில் ஒட்டி நின்றிருந்த புரொடக்ஷன் மேனேஜரைப் பார்த்து, "அம்மாவுக்கு ஜூஸ் வேணுமா?" என்றாள்.

"ரெடியா இருக்கு... அம்மாவுக்கு எப்போ எது தேவைன்னு எனக்குத் தெரியாதா?" என்று சொல்லி விட்டு "மணி" என்று உரக்கக் கூப்பிட்டார். மணி என்கிற அந்தப் பையன் ஒரு தட்டில் வைத்த ஜூஸ் கிளாசோடு எங்கிருந்தோ வெளிப்பட்டு மேக்கப் ரூமை நோக்கி நடந்தான்.

*

கன்னடத்துக் கட்டழகி, கைபடாத ரோஜா, ஆடல் அழகி, அபிநய தேவதை என்றெல்லாம் பத்திரிகைகளால் குறிப்பிடப்பட்டவள் சாந்தாதேவி. அன்பு ரசிகப் பெருமக்களால் 'அண்ணி' என்றும் அழைக்கப்பட்டாள்.

தமிழ், கன்னடம், தெலுங்கு என்று மும்மொழிகளிலும் பிரசித்தமான ஹீரோக்களோடு மட்டும் நடித்துக்கொண்டிருந்தவள் அவள். படம் எடுத்தால் சாந்தாவை வைத்துத்தான் எடுப்பது, அவள் கால்ஷீட் கிடைக்காத வரைக்கும் படம் எடுப்பதில்லை என்று இருந்தார்கள், தயாரிப்பாளர்கள்.

காலையில் சென்னை, மதியம் பெங்களூர், இரவு ஹைதராபாத் என்று பறந்துகொண்டிருந்தாள் சாந்தா. "கேரளம் நீங்கலாக, தென்னிந்தியாவின் இருபத்தைந்து வயதுக்குட்பட்ட இளைஞர்கள் அத்தனை பேரும் இரவில் தாம் காணும் கனவுகளில் சாந்தாதேவியைத்தான் காணுகிறார்கள்.

அப்படிப்பட்ட கலையரசி சாந்தாதேவிக்கு, "ஏன் 'கனவுக் கன்னி' என்ற பட்டத்தை ரசிகர்கள் சார்பாக அளிக்கக்கூடாது" என்று ஒரு சினிமாப் பத்திரிகையின் வாசகர் பகுதியில் ரவிச்சந்திரன் எம். ஏ. பி. எல். என்பவர் எழுதியிருந்தார்.

"பேஷாகத் தரலாமே. நம் பத்திரிகையில் கனவுக் கன்னி சாந்தா தேவி என்றே வெளியிடப் போகிறோம்..." என்று வேறு எழுதி விட்டதால், அவளுக்கான பட்டங்களோடு கனவுக் கன்னியும் சேர்ந்துகொண்டது.

*

சாந்தா தேவி கட்டிலில் நீட்டிப் படுத்திருந்தாள், சற்றே உடல்நலக் குறைச்சல். குடும்ப டாக்டர் ஒரு தோல் பையோடும், கோட்டோடும் வந்து பரிசோதனை செய்து மருந்து எழுதிக் கொடுப்பதாகக் காட்சி. சூழ்நிலையைச் சொல்லிக் கொடுத்த டைரக்டர், "ஒத்திகை" பார்க்கலாமா என்றார்.

டாக்டர் வேஷம் போட்டவன் கோபாலகிருஷ்ணன், எம். ஏ. வரை படித்தவன். நடிப்புக் கலையின் மேல் உள்ள ஆர்வம் காரணமாக லண்டனில் நடிப்புப் பயிற்சி பெற்றவன். உலகத்துச் சிறந்த நடிகர்களைப் பற்றிய விஷய ஞானம் உள்ளவன். தமிழ்ப்பட உலகம் அவ்வப்போது டாக்டர், ஒரு காட்சியில் வருகிற வக்கீல், காலேஜ் பிரின்சிபல், வீரசாகஸம் செய்த கதாநாயகப் போலீஸ் இன்ஸ்பெக்டருக்குப் பாராட்டுத் தெரிவித்துக் கைகுலுக்கும் போலீஸ் கமிஷனர் போன்ற வேஷங்களைக் கொடுத்து போஷித்து வந்தது.

கோபால கிருஷ்ணன் காலை எட்டு மணிக்கெல்லாம் வந்து மேக்கப் போட்டுக்கொண்டிருந்தான். சாந்தா தேவி மேக்கப் ரூமிலிருந்து வெளி வந்த பின், அவசர அவசரமாக மீண்டும் டச்சப் செய்துகொண்டு செட்டிற்கு வந்தவன், படுத்திருந்த சாந்தா தேவியின் கட்டிலுக்கு அருகில் இருந்த மேசையின் மேல் தன் தோல் பையை வைத்தான்.

குடும்ப டாக்டர் என்பதால் ஏற்கனவே படுத்திருப்பவருக்கும் தனக்கும் தொடர்பு இருக்கிறது என்பதைச் சூசகமாக உணர்த்த "ஹலோ" சொன்னான். கையை எடுத்து நாடி பார்த்தான். கண் ஓரங்களைப் பிதுக்கிப் பார்த்தான். பிறகு தன் கழுத்திலிருந்த ஸ்டெதஸ்கோப்பைச் சாந்தா தேவியின் மார்பில் வைத்தான்.

படுத்திருந்த சாந்தா, கோபாலகிருஷ்ணனின் கையைத் தட்டி விட்டாள். டைரக்டரைப் பார்த்து, "என்ன டைரக்டர்... இந்த ஆள் என் மேல தொடறான்..." என்றாள்

"டாக்டர் தொடாமல், கண்ணாலேயே உடம்பைப் பரிசோதித்து மருந்து தருவது இயற்கையாக இருக்காதே" என்பதாக டைரக்டர் சொன்னார்.

"ஊஹும்... என்னை ஹீரோ மட்டும்தான் தொடலாம்... மத்தவங்க தொடக்கூடாது..." என்றாள் சாந்தாதேவி, குழறிக் குழறித் தன் வடுகுத் தமிழில். சாந்தாதேவிக்குத் தமிழ் கொஞ்சம் கொஞ்சம் தெரியும். ஆனாலும் அவள் பேச்சைத் தமிழர்கள் அங்கீகாரம் செய்துவிட்டார்களே.

கோபாலகிருஷ்ணன் அடிபட்டவனாகச் சிறுத்துப் போய் நின்றான்.

"கொஞ்சம் பெரிய மனசு பண்ணணும்" என்று கெஞ்சிக் கேட்டார் டைரக்டர்.

"ஊகூம்..." என்றாள் சாந்தாதேவி.

டைரக்டர் கோபாலகிருஷ்ணனிடம் சென்று என்னமோ சொன்னார். அவனும் தலையை ஆட்டினான். பிறகு சாந்தாவின் பக்கம் திரும்பி "ஓகே... மேடம்... அப்படியே பண்ணிடுவோம்..." என்றார்.

"லைட்ஸ் ரெடியா சார்" என்றார்.

"ரெடி சார்" என்றார் ஒளிப்பதிவாளர்.

"ஆர்ட்டிஸ்ட் ரெடியா."

"ரெடி சார்..." என்றான் கோபாலகிருஷ்ணன்.

விளக்குகள் நெருப்பைக் கக்கிக்கொண்டு எரிய, "ஸ்டார்ட் கேமரா" என்றார் டைரக்டர். கேமரா சின்னக் குரலில் உறுமியது "ஆக்ஷன்" என்றார்.

கோபால கிருஷ்ணன், ஒரு டாக்டரின் தோரணையோடு 'டக்டக்'கென ஷூக்கள் சப்திக்க நடந்து வந்தான். பையை வைத்தான். "ஹலோ" என்றான். கையைப் பிடித்தான். நாடி பார்த்தான். பிறகு கண்ணைப் பிதுக்கினான். ஸ்டெதஸ்கோப்பை மார்பில் வைத்துக் கூர்ந்து கேட்டான். மணி பார்த்தான். பிறகு

கோட் பாக்கெட்டிலிருந்து சின்ன நோட் புக்கை வெளியே எடுத்துக் கிறுக்கினான்.

"ஓ. கே... கட்" என்றார் டைரக்டர். கேமரா நின்றது விளக்குக் கண்ணை மூடியது.

ஆவேசத்தோடு எழுந்தாள் சாந்தாதேவி.

*

சாந்தாதேவி உட்கார்ந்து கோலோச்சிய ஆசனத்தில் அவளை அறியாமலேயே சத்தமில்லாமல் ஒருநாள் மணிஸ்ரீ வந்து உட்கார்ந்துகொண்டாள். மணிஸ்ரீ நடித்த ஒரு படம் நூற்று ஐம்பது நாட்கள் தொடர்ந்து ஓடவே, அவள் மிகப் பிரபலமடைந்து விட்டாள்.

தெலுங்கு, கன்னடம் முதலான பல மொழிகளில் அவள் நடிப்பதாகத் தகவல் வந்தது. துரதிருஷ்டவசமாக சாந்தாதேவி கல்யாணம் பண்ணிக்கொண்டாள். இந்த நேரத்தில், அமெரிக்காவில் டாக்டராகப் பணிபுரியும் ஒருவரைத் திருமணம் செய்துகொண்டாள். "என்னால் முடிந்தவரை கலைத்தாய்க்குச் சேவை செய்வேன்... இனி நல்ல குடும்பப் பெண்ணாகத் திகழ்வேன்..." என்று அறிக்கை விட்டிருந்தாள் சாந்தாதேவி.

இப்போதெல்லாம் இளைஞர்கள், மணிஸ்ரீ வருவதாக இருந்தால்தான் கனவே காண்கிறார்கள். தங்கள் முதல் குழந்தை பெண்ணாய்ப் பிறக்க வேண்டுமே, பிறந்தால் மணிஸ்ரீ என்று பெயர் வைக்கலாமே என்று இளம் பெண்கள், கல்யாணம் ஆன இளம் மாமிகள் எல்லோரும் கவலைப்பட்டார்கள்.

தமிழ்ப் பத்திரிகைகளின் அட்டைகளை மணிஸ்ரீயே அலங்கரித்தாள். கலையரசி மணிஸ்ரீ நற்பணி மன்றங்கள் இல்லாத பேட்டைகளை, பேட்டைவாசிகளே வெறுத்தார்கள். மணிஸ்ரீ இரவும் பகலும் கலைத்தாய்க்குச் சேவை செய்து மூன்றே ஆண்டுகளில் ஐம்பது படங்களில் நடித்து முடித்தாள்.

இதற்கு இடையில், சாந்தாதேவி திடுமெனப் பத்திரிகை நிருபர்களை அழைத்து, "கலைத்தாய்க்குச் சேவை செய்யாமல் என்னால் சும்மா இருக்க முடியவில்லை. அத்தோடு அன்பு ரசிகப் பெருமக்களைப் பிரிந்து என்னால் ஆயிரம் மைல்களுக்கு அப்பால் வாழ முடியவில்லை. அதோடு தயாரிப்பாளர்கள் வேறு நீங்கள் நடிக்க வர வேண்டும்" என்று அன்புத் தொல்லை

பிரபஞ்சன் | 139

கொடுக்கிறார்கள். ஆகவே மீண்டும் நடிப்பது என்று முடிவு செய்துவிட்டேன்” என்று பேட்டி கொடுத்தாள்.

ஆனால் உண்மைச் செய்திகளைத் தோண்டி எடுத்துச் சமூகத்துக்குத் தருவதையே, தன் உண்மை நோக்கமாகக்கொண்ட பத்திரிகை ஒன்று, சந்தாதேவிக்கும் அவள் கணவருக்கும் ஏதோ ‘லடாய்’ என்றும் அவர்கள் ‘உறவு முறிந்தது’ என்றும் செய்தி வெளியிட்டிருந்தது.

‘அக்காவா அம்மாவா’ படத்தில் கதாநாயகி மணிஸ்ரீயும், மணிஸ்ரீக்கு அக்காவாகச் சாந்தாதேவியும் நடித்தார்கள். சாந்தாதேவி இரண்டே காட்சிகளில் வந்து எலும்புருக்கி நோயால், லொக் லொக் என்று இறுமி செத்துப் போகிறாள்.

சாந்தா தேவி கட்டிலில் படுத்துக்கொண்டு பயங்கரமாக இருமி இரத்த வாந்தி எடுத்தாள். தனக்கு இறுதிக் கட்டம் வந்து விட்டதை உணர்ந்து, தன் தங்கையை அதாவது மணிஸ்ரீயை அருகில் அழைத்து, அவள் கையை எடுத்து கோபாலகிருஷ்ணன் கையில் இணைத்தாள். அவள் உயிர் பிரிகிறது. அதே சமயம் ‘டக்’கென்று அகல் விளக்கு அணைகிறது.

ஒளிப்பதிவாளர் கேமராவை வேறு ஆங்கிளுக்கு மாற்றும் அந்த இடைவேளை நேரத்தில் கோபாலகிருஷ்ணனும் மணிஸ்ரீயும் எதிர் எதிரில் ஃபேனுக்குக் கீழே அமர்ந்து பேசிக்கொண்டிருக்கிறார்கள்.

இப்போதெல்லாம் கோபாலகிருஷ்ணன் டாக்டர், வக்கீல், பிரின்ஸ்பால், ஐ.ஜி.யோடு இரண்டாவது, மூன்றாவது, கதாநாயகனாகவும் வந்துகொண்டிருந்தான்.

மூலையில் சாந்தாதேவி ஒரு ஸ்டூல் நாற்காலியில் தனியாக உட்கார்ந்துகொண்டிருந்தாள். தனியாகவே, ஓர் அம்பாசிடரில் வந்திருந்தாள். குறித்த நேரத்தில் சரியாக எட்டு மணிக்கே செட்டுக்கு வந்து விட்டிருந்தாள்.

ஒரு பையன் டிரேயில் இரண்டு கப்களில் பழச்சாறு கொண்டுவந்து கோபாலகிருஷ்ணனுக்கும், மணிஸ்ரீக்கும் கொடுத்தான்.

சற்று தூரத்தில் ஒதுங்கித் தனித்து உட்கார்ந்துகொண்டிருந்த சாந்தா தேவியைப் பார்த்தான் கோபாலகிருஷ்ணன். பையனைக் கூப்பிட்டான். “சாந்தாவுக்குக் குடிக்க ஏதாவது

குடுப்பா..." என்றான். "கொண்டு வரேன் சார்..." என்று போனான் பையன்.

அன்று மாலை ஆறு வரை ஷூட்டிங் இருந்தது. நாலு மணிக்கு நேர்ந்த ஓர் இடைவேளையின்போது சாந்தாதேவி, அந்தப் பையன் தன் அருகே வந்தபோது, "தம்பி குடிக்கக் கொஞ்சம் தண்ணி தரியா" என்று கேட்டாள்.

"வரேன்... வரேன்..." என்று விட்டுப் போனவன்தான், வரவே இல்லை.

1985

மனசு

தெருக்கதவை விரியத் திறந்து வைத்துவிட்டு, ஒதுங்கி நின்றுகொண்டு வீதியின் இருபுறமும் பார்த்தாள் ரேணு. வீட்டு நடையிலிருந்து சைக்கிளைப் பின் பக்கமாகத் தள்ளிக்கொண்டு கீழ் இறங்கித் தெருவில் நிறுத்தின நடராஜன், "நான் வரட்டுமா... ஜாக்ரதை. கதவைச் சாத்திக்கோ" என்றுவிட்டு, சைக்கிளை மிதித்துத் தள்ளி ஏறி உட்கார்ந்துகொண்டு போனான்.

தெருவை நோட்டம் விட்டாள் ரேணு. அவளுடையதும் தெருவில் இன்னும் மூன்று வீடுகளுமே கல் வைத்துக் கட்டிய, மேலே தீப்பிடிக்காத கூரைச் சாதனக் கூரையாலான வீடுகள். மற்றதெல்லாம் கூரை வேய்ந்தவை. தெரு சுறுசுறுப்படைந்திருந்தது. ஆண்கள் அலுமினியத் தூக்குப் பாத்திரத்தை எடுத்துக்கொண்டு வேலைக்குக் கிளம்பிக்கொண்டிருந்தார்கள். பெண்கள் மையக்கிழங்கு வேர்க்கடலைக் கூடைகளை எடுத்துக்கொண்டு வியாபாரத்துக்குக் கிளம்பிக்கொண்டிருந்தார்கள். அழுக்குப் பிடித்த பைகளைத் தோளில் மாட்டிக் கொண்டிருந்த குழந்தைகள் மறக்காமல் மதிய உணவுக்கான அலுமினியத் தட்டுக்களோடு பள்ளிக்கூடம் போயின. நேர் எதிரே இரண்டு வீடு தள்ளி கூரைக்குக் கீழே திறந்த வெளியில் கழுத்து மாரியம்மன் கோயில் வேறு இருந்தது. தலையும் கீழே விரிந்த மஞ்சள் பாவாடையுடனான

ஓர் அடி உயர சாமி. ரேணு தன்னிச்சை யின்றிக் கன்னத்தில் போட்டுக் கொண்டாள்.

கோயிலுக்கு நேர் எதிரேயே ஒரு குழந்தை காலைக் கடனுக்கென உட்கார்ந்திருந்தது. அப்படியே மண்ணில் விளையாடிக்கொண்டிருந்தது. அதன் நேர் எதிரே, கண்ணம்மாக் கிழவியின் ஆப்பக் கடை. பெண்கள் சிலர் ஆப்பக் கடையில் தட்டோடு காத்திருந்தார்கள். இருந்தவர்கள் இருவருக்குள் ஏதேனும் தகராறு வந்திருக்க வேண்டும். ஏதோ சத்தம் போட்டுப் பேசிக்கொண்டிருந்தார்கள். ஒவ்வொரு குடிசைக்கு எதிரிலும் அதன் உரிமையாளர்கள் எனத் தெரியும் ஆண்கள் வெயில் காய்ந்துகொண்டிருந்தார்கள். பீடிப் புகையுடன் கூடிய கோழையைக் கனைத்துக் கனைத்துத் துப்பிக்கொண்டிருந்தார்கள். இவளுக்கு நேர் எதிரே இடப்புறம் தள்ளி வீட்டை ஒட்டிய நடைபாதையில், நரை தாடியும் மீசையுமான கிழவர், தன்னை முழுதும் முரட்டுக் கம்பளியால் போர்த்திக்கொண்டு குத்துக்காலிட்டு உட்கார்ந்துகொண்டு, பீடி பிடித்துக்கொண்டிருந்தார். அவர் பக்கத்தில் கூட்டி வைக்கப்பட்ட ஒரு சிறு குப்பை மேட்டுக்கு மேலே செவலை நாய் ஒன்று நீட்டிப்படுத்து அரைக் கண்ணைத் திறந்து வைத்துக்கொண்டு சுகமாக வெயில் காய்ந்துகொண்டிருந்தது. ஒரு தெருவுக்கே உரித்தான வீடுகள், அதன் மனிதர்கள், அவர்கள் காரணமாகச் சாக்கடைகள், குப்பைகள், அசுத்தங்கள், நாய்கள் எல்லாம் சாலை வெயிலில் களை கட்டி இருந்தன.

ரேணுவுக்கு இடப்புறம் இருந்த இரும்புத் தகடடித்த கதவு பெரும் சப்தத்தோடு திறந்தது. வீட்டுக்காரியான அஞ்சலை வெளியே வந்தாள். பக்கத்து வீட்டு வாசலில் நின்றிருந்த ரேணுவைத்தான் முதலில் பார்த்தாள். பார்த்தவள் முறுவலித்தாள். அறிமுகம் இல்லாதவர்களிடம் பேச நேர்ந்த தகயக்கம் அவளிடம் இல்லை. அஞ்சலை சுபாவமாகப் பேசத் தொடங்கினாள்.

"புதுசா வந்திருக்கீங்களா" என்றாள் அஞ்சலை.

"ஆமா... நேத்து ராத்திரிதான் வந்தோம்" என்றாள் ரேணு. "அதான் ராத்திரியெல்லாம 'லொடபுடான்னு' சத்தம் கேட்டுக்கினே இருந்துச்சா?"

ரேணு சிரித்துக்கொண்டு சொன்னாள். "ம்ஹ்ம், சாமான் செட்டு எல்லாத்தையும் அடுக்கி வச்சுக்கினு இருந்தோம்."

அஞ்சலை, ரேணுவை நோட்டம் விட்டாள்.

ரேணு குளித்து முழுகிவிட்டிருநாள். ஒரு நூல் அளவுக்கு மஞ்சள் ஏறிய முகம். இயற்கையாகவே மஞ்சள் நிறம்கொண்ட அவளுக்கு மஞ்சள் மேலும் பொலிவூட்டியிருந்தது. காலை வெயிலில் புதுக்காசு மாதிரி பளபளத்துக்கொண்டு நின்றாள். ஒரு சின்ன எலந்தம் பழம் அளவுக்குப் பொட்டு, ரொம்பச் சின்னப் பெண்தான். அதிகம் போனால் பதினெட்டு வயசிருக்கும். நிச்சயம் இருபதைத் தாண்டாது. கழுத்தில் இருந்த தாலிக் கயிறு புத்தம் புதுசாய் நூல் திரி தெரியக் கனமாக இருந்தது. கழுத்துச் செயினும் கை வளையலும் 'கவரிங்'தான் என்பதைக் கூர்மையாகக் கவனித்து அறிந்தாள். கம்மல் மட்டும் பவுன்தான். புத்தம் புதிய நூல் புடவை உள்ளே கட்டியிருக்கும் பாவாடைகூடப் புதுசுதான். ஓரம் அழுக்குப் படாததில் இருந்து அதுவும் புதுசுதான் என்று உறுதியாயிற்று.

"புதுசா கல்யாணம் கட்டிக்கிட்டு வந்திருக்கீங்களாக்கும்"

"ஆமா... போன வாரம்தான் கல்யாணம் ஆச்சு. எங்க வீட்டுலதான் இருந்தோம். நேத்து ராத்திரிதான் இங்க வீடு பார்த்து, அது அழைச்சுக்கிணு வந்துச்சு..."

"ஊட்டுக்காரு என்ன பண்ராரு?"

"கொசு மருந்து அடிக்கிற ஆபீஸ்ல வேலை."

"வேலைக்குப் போயிட்டாரா அவரு?"

"இப்பத்தான் போச்சு. எப்பவும் காலையில போயிடும். திரும்பச் சாயங்காலம் ஆறு மணிக்கு மேலதான் வரும்..." ரேணு கூச்சம் தெளிந்து, வார்த்தைக்கு ஒரு தரம் சிரித்துக்கொண்டு பேசினாள். அஞ்சலைக்கு ரேணுகாவைப் பிடித்துப் போய்விட்டது.

"நாஸ்தாவெல்லாம் ஆச்சா...?" என்று கேட்டாள் அஞ்சலை.

"உம். காலைல ஓட்டல்லேந்து இட்டிலி வாங்கியாந்து குடுத்துட்டுத்தான் போச்சு. மத்தியானத்துக்கு அரிசி, சாமான்லாம் இருக்கு. காய்கறிதான் வாங்கணும்..."

"கடை கண்ணியெல்லாம் இருக்கிற இடம் தெரியுமா?"

"இங்க எதுவுமே எனக்குத் தெரியாது"

"நான் அழைச்சுக்கிட்டு போறேன். ரெண்டு சொம்பு தலையில் ஊத்திக்கிட்டு வந்துடறேன். நானே வந்து கூட்டிக்கிட்டு போறேன்"

"உம்..."

"வீடு புடிச்சிருக்கா?"

"ஊம்... பொட்டி மாதிரி இருக்கு. அதுக்கு புடிச்சிருக்கு. அப்புறம் நமக்குப் புடிச்சிருந்தா இன்னா, புடிக்காட்டி இன்னா?"

"உங்களுக்கு புடிக்க வேணாமா?"

"உக்கும்... பொம்பளைங்க இஷ்டத்தையெல்லாம் ஆம்பிளைங்க பாப்பாங்களாக்கும். எனக்குப் புடிச்சுத்தான் இருக்கு. பிடிக்கலேன்னாகூட என்னங்க பண்றது? கழுத்த நீட்டிட்டோம். அது சிரிக்க வச்சாலும் சரி, அழ வச்சாலும் சரி..."

"உங்க ரெண்டு பேருக்கும் இது எதேஷ்டம்"

"ஆமா... ஆனா எல்லார்க்கும் பொது கக்கூஸ், பொது குளியல் அறைன்னு இருக்கிறதுதான் புடிக்கல்லே. வெளியே ரெண்டு பேரு கையில் சொம்பை வச்சுக்கிட்டுக் காத்துக்கினு இருக்கிறப்போ, நிதானமா தேச்சு குளிக்க முடியுமா இன்னா? அதான் எனக்குப் புடிக்கல்லே."

அஞ்சலை சிரித்தாள்.

"சரி... தோ வந்துட்டேன்..." என்றவாறு, பலத்த சப்தத்தோடு கதவைத் திறந்துகொண்டு உள்ளே போனாள் அஞ்சலை.

போகிறவளைப் பார்த்தவாறு நின்றாள் ரேணு.

ரேணுவை விடப் பத்து வயது கூடுதலாக இருக்கும் அவளுக்கு. முகமும் உடம்பும் வெள்ளரிப் பிஞ்சு மாதிரி இளசுதான். ஏதோ ஓர் அழுக்குப் புடவையைக் காமா சோமாவென்று சுற்றிக்கொண்டிருந்தாள். கழுத்தில் அழுக்கேறி நாட்பட்டு இறுகிய தாலிக்கயிறு மட்டும். பாவம் ஏழைப்பட்ட ஜென்மம் என்று நினைத்துக்கொண்டாள் ரேணு.

"போலாமா" என்று கேட்டுக்கொண்டே, கதவைத் தள்ளி தலையை நீட்டினாள் அஞ்சலை.

"தோ..." என்றவாறு ஆணியில் மாட்டியிருந்த பூட்டையும் சாவியையும் எடுத்துக்கொண்டு கிளம்பினாள் ரேணு. கல்யாணத்துக்குப் பிறகு அது வாங்கிக் கொடுத்த வெல்வட் வாரும், வாரின்மீது சரிகை மாதிரி மினுக்குகிற

கோடுகளும்கொண்ட செருப்பை அணிந்துக்கொண்டு வந்த ரேணு கதவைப் பூட்டிக்கொண்டு வீதிக்கு வந்தாள்.

தெரு முக்கு வந்ததும், இடது கைப்பக்கம் திரும்பினார்கள். வரிசையாக இருந்த கடைகளில் ஒன்றைக் காட்டி அஞ்சலை, "இதான் செட்டியார் கடை. பலசரக்கு சாமான்லாம் இங்க வாங்கிக்கலாம். சமயங்கல்லே கடனும் வாங்கிக்கலாம். மாசம் பொறந்து கடனைக் கொடுக்கலாம். செட்டியாரு நல்ல மனுஷன். நான் சொல்லி விடறேன்" என்றாள்.

"சரிக்கா" என்றாள் ரேணு.

இருவருக்கும் நேசப்பாலம் ஏற்பட்டிருந்தது. பரஸ்பரம் அன்பு காரணமாக மனம் குழைந்திருந்தது. நெத்திலி மீன் கருவாடும் பாகற்காயும் வாங்கினாள். கொஞ்சம் வெங்காயம், பச்சை மிளகாய் தக்காளியும் வாங்கிக்கொண்டாள். அஞ்சலை ஏதோ பொடி மீன்கள் வாங்கினாள்.

வரும்போது அஞ்சலைக் கேட்டாள்.

"உனக்குப் பாவைக்கா புடிக்குமா இன்னா?"

"ஐயோ...!" ரேணுவின் முகம் சுருங்கி, கசப்பை விழுங்குகிறவளைப்போல, கோணல் மாணலாகியது. "எனக்கு புடிக்காதுக்கா. இந்தச் சனியனை நான் தொடவே மாட்டேன். அதுக்குப் புடிக்கும். நெத்திலிக் கருவாட்டையும், குண்டு பாவைக்காயையும் போட்டு வறுத்து வச்சா அது நல்லா சாப்புடும்."

செட்டியார் கடையை கடக்கும்போது ரேணு கேட்டாள் "குழந்தைகளைப் பள்ளிக்கூடம் அனுப்பி இருக்கியாக்கா."

"இருந்தாத்தானே அனுப்பறதுக்கு..." என்றாள் அக்கா.

இருவரும் பேசிக் கொள்ளாமலே வீடு வந்து சேர்ந்தார்கள்.

"எங்க வீட்டுக்கு வந்துட்டுதான் போயேங்க்கா" என்றாள் ரேணு கதவைத் திறந்துகொண்டே.

கதவைத் திறந்ததும் ஒரு சின்னக்கூடம்... அதுவே அறையும்கூட... அதை ஒட்டி இடப்புறம் ஒரு சின்ன அறை. சமையலுக்காக அவ்வளவுதான். புதுப் பாத்திரங்கள் அழகாகவும் ஒழுங்காகவும் அடுக்கி வைக்கப்பட்டிருந்தன. பெரிய கோரைப் பாய் தலைகாணியோடு சுற்றப்பட்டு, அறையின் பாதியை அடைத்துக்கொண்டிருந்தது. மூலையில்,

அழுத்தி அணைக்கப்பட்ட இரண்டு சிகரெட் துண்டுகள் கிடந்தன.

சுவரில், ரேணுவும் கணவனும் சேர்ந்து எடுத்துக்கொண்ட மார்பளவுப் போட்டோ மாட்டியிருந்தது.

“உங்க ஊட்டுக்காரரு அழகாகத்தான் இருக்காரு” என்றாள் அஞ்சலை.

ரேணு கூச்சத்தோடு சிரித்தாள்.

“அதான் அப்பாவுக்கு அதைப் புடிச்சுப் போயி, அதுக்கே என்னைக் குடுத்திட்டாங்க...” என்று சொல்லிவிட்டு ரேணு மீண்டும் சிரித்தாள்.

“எங்க அத்தை மவனுக்குதான் என்னைக் குடுக்கிறதா இருந்தாங்க... இது படிச்சும் இருக்கு, கவர்மெண்டில் வேலை. நல்லா சிவப்பா, பாக்கவும் அழகா இருந்துச்சா, அப்பாவக்குப் பிடிச்சுப் போச்சு...”

“உங்க அப்பாவுக்குத்தான் அவரைப் பிடிச்சுதா... உனக்குப் புடிக்கலையா...” என்றாள் அக்கா.

“போக்கா” என்று வெட்கத்தோடு முகத்தைத் திருப்பிக்கொண்ட ரேணு, “உனக்குக் காபி போடப் போறேன்...” என்றவாறு ஸ்டவ்வுக்கு முன் உட்கார்ந்தாள்.

அக்காவும் உட்கார்ந்து, ரேணுவின் பையிலிருந்த நெத்திலிப் பொடிகளைக் கீழே கொட்டி, தலையைக் கிள்ளி ஆய ஆரம்பித்தாள்.

பாலைச் சூடு பண்ணியவாறு ரேணு கேட்டாள்.

“ஏக்கா உனக்கு குழந்தையே பொறக்கலியா...? இல்லே பொறந்து தக்காமே போயிடுச்சா...?”

கருவாட்டைத் தலைவேறு, உடல்வேறாகக் கிள்ளிப் போட்டுக்கொண்டிருந்தவள், சட்டென்று நிறுத்தி விட்டுச் சொன்னாள்.

“இந்த பாழும் வயிறு தொறக்கவே இல்லையே ரேணு. ரெண்டாந்தாரமா வாழ்க்கைப்பட்டவ நானு. என் மூத்தாளுக்கும் கொழந்தையே இல்லை. அவளும் மஞ்சக் குங்குமத்தோடப் போய்ச் சேர்ந்துட்டா. எனக்கு விதிச்சதும் அதுதான்போல...” என்றாள். கண்ணிலிருந்து வழிந்த நீரை மேல் துணியால் துடைத்துக்கொண்டாள்.

ரேணு, தலையைக் குனிந்தவாறே காபியை நீட்டினாள். அக்கா வாங்கி 'மடக் மடக்'கென்று சத்தம் வர அதைக் குடித்தாள். வாயையும், மூக்கையும் அழுந்தத் துடைத்துக்கொண்டு சொன்னாள்.

"உடம்பு பூரா எண்ணையைத் தடவிக்கிட்டு, மண்ணுல உழுந்து புரண்டு புரண்டு எழுந்திருச்சாலும், உடம்புல ஒட்டறதுதான் ஒட்டும். அத்தை வுடு. இப்ப இன்னா கெட்டுப் போச்சி, சொத்து சுகம் இருந்தாலும் ஆண்டு அனுபவிக்க புள்ளை இல்லையேன்னு வருத்தமா இருக்கும். அதுக்கில்லே. நாளைக்கு முடியாம போற காலத்துல கஞ்சி தண்ணி ஊத்திக் குடுக்க ஒரு புள்ளை இல்லையே... நமக்கு விதிச்சது அவ்வளவுதான்." என்று ஒரு தீர்மானம்போலச் சொன்னாள்.

"ஏக்கா... இனிமே பொறக்கக்கூடாதுன்னு இருக்கா..." என்றாள் ரேணு, கண்கள் மட்டும் சிரித்தபடி.

"ஆமா... எனக்கு அது இல்லாமத்தான் நோவுது..." என்றவாறு கைகளை உதறிக்கொண்டு எழுந்து போனாள் அக்கா.

அக்கா குள்ளம்தான். ஆனால் குட்டை என்று சொல்ல முடியாது. உடம்பு பாந்தம்தான். முதுகு, இடுப்பின் சரிவு, கால் கைகள் எல்லாம், ஒழுங்கும் திடமான வளர்ச்சியோடு லட்சணமாகத்தான் இருந்தாள். நல்ல சாப்பாடும் நல்ல துணியும் இருந்தால், அக்கா அழகியாகத்தான் காட்சியளிப்பாள் என்று ரேணுவுக்குத் தோன்றியது.

*

ரேணு அக்காவோடு பசையாக ஒட்டிக்கொண்டாள். அக்கா இல்லாமல் ஒன்றும் ஆகாது என்கிற நிலைமையில் ரேணு இருந்தாள். வீட்டுப் பைப்பில் தண்ணீர் வராத நாட்களில் தெருப் பைப்புக்கு அழைத்துச் சென்று தண்ணீர் அடித்துக் கொடுப்பது அக்காதான். அவசரத் தேவைக்குக் கடை கண்ணிக்குப் போய் வருவதும் அவள்தான். மீன் ஆய்ந்து கொடுப்பதும் அக்காதான். ரேணுவின் புருஷனுக்குச் சௌகரியப்படாத நாட்களில் ரேணுவைச் சினிமாவுக்குப் பகல் ஆட்டம் அழைத்துச் சென்று திரும்பவுதும் அவள்தான். வேண்டாம், வேண்டாம் என்று சொன்னாலும் இட்டிலிக்கு மாவு அரைத்துப் போடுவதும் அவள்தான். எல்லாவற்றுக்கும்

மேலாக பிறந்த வீட்டை விட்டுப் புது வீட்டுக்கு வந்து கொஞ் சகாலமே ஆன ரேணுவுக்குப் பெண் துணையாகவும் பேச்சுத் துணையாகவும் அக்கா விளங்கினாள்.

*

ரேணுவின் புருஷனுக்குக் காலை ஏழு மணிக்கெல்லாம் அவன் அலுவலக வேலைத் தொடங்கிவிடுகிறது. வீட்டிலிருந்து ஆறு மணிக்கெல்லாம், மேலே போனால் ஆறரை மணிக்குமுன் கிளம்பி விடுவான். பெரும்பாலான நாட்களில் ரேணு கதவைத் திறந்து வைத்து, சகுனம் பார்த்து, பிறகே கணவனை வேலைக்கு அனுப்பி வைப்பது வழக்கமாக இருந்தது. அவள் அம்மாவிடமிருந்து அவள் கற்றுக்கொண்ட பழக்கம் அது. ரேணு கதவைத் திறக்கும் அதே நேரத்துக்கு, அக்காவும் தன் வீட்டுக் கதவைத் திறந்துகொண்டு வெளியே வந்து நிற்பாள். அல்லது ரேணுவின் வீட்டுக்குள் நுழைவாள். அவன் கேட்பான். “என்ன, அக்கா தங்கையைப் பார்க்கப் போராப்போலயா” என்று. “அப்படித்தான் இருக்கட்டுமே” என்பாள் அஞ்சலை.

சில நாட்களில் அஞ்சலையே ஏதேனும் பேசுவது வழக்கமாயிற்று.

“கிளம்பியாச்சா...”

“உம்...”

“அது என்ன ஆபீசோ, ஊர் உலகத்துல இல்லாத ஆபீசு... கோழி கூவறதுக்கு முன்னாலயா ஆபீசை துறப்பாங்க...” என்பாள்.

அவன் சிரித்துக்கொண்டு பேசாமல் போய்விடுவான். ஆக ரேணுவோடு, அஞ்சலையும் அவனை வழியனுப்ப வருவது வழக்கமாகிவிட்டது. அஞ்சலை கருக்கலிலேயே எழுந்து குளித்து விட்டிருப்பாள். ஏதேனும் பழம் புடவையாக இருந்தாலும், சுத்தமாகத் துவைத்து ஒழுங்காகக் கட்டிக்கொண்டிருப்பாள். முன்னேபோலக் கன்னாபின்னா என்று புடவையைச் சுற்றிக்கொண்டு வருவதில்லை அவள்.

சைக்கிளில் அவன் தெருத் திரும்புகிறவரைப் பார்த்துக்கொண்டிருந்து விட்டுத்தான் நகர்வார்கள். அக்கா ரேணுவின் வீட்டுக்குள் வருவாள். அப்புறம் அவர்கள் செய்யவும் பேசவும் ஏராளமான காரிங்கள் ஏற்பட்டுப் போகும். இட்லி

அல்லது தோசை பண்ண வேண்டியிருக்கும். வீடு கழுவ வேண்டியிருக்கும். மத்தியானம் சமையலுக்கு அரிசி களைய வேண்டுமே. புருஷன் ராத்திரியோடு ராத்திரிதான் சுடு சாதம் சாப்பிடுகிறவனாகையால், அவனுக்காகக் கடைக்குப் போய் காயோ, மீன் பொடியோ வாங்க வேண்டியிருக்கும். பவானி, கலாவில் அவ்வப்போது படம் மாற்றுவார்கள். மதிய ஆட்டம் போய் வர வேண்டியிருக்கும். வீடு என்றிருந்தால் வேலையா இல்லை?

அஞ்சலை அக்கா சமையலில் படுகெட்டிக்காரியாக இருந்தாள். ரேணு ஆக்குகிற அதே மீன், அதே தக்காளி, அதே வெங்காயம், அதே மிளகாயைத்தான் அக்காவும் உபயோகப்படுத்திச் சமைக்கிறாள். அவள் கைப்பட்டாலே குழம்புக்கு தனி ருசி வந்து விடுகிறது. வெறும் குழம்பு தேனாக அல்லவா ஆகிவிடுகிறது. அவன் குழம்பைத் தாண்ட மாட்டேன் என்கிறானே. அப்படி ஒரு கைப் பக்குவம். கை நிதானம் அவளுக்கு, ரேணுவின் கூடவே இருந்து, அக்காவே குழம்பு வைத்து, கூட்டு, கறி பண்ணித் தருவதும் உண்டு. வாசனையைக்கொண்டே அவன் யூகித்து விடுவதுண்டு. "இது இன்னா அக்கா சமையலா?" என்று கேட்டு விடுவான். அக்கா வந்தவுடன் "எங்க வீட்டுக்காரரு அப்படிச் சொல்லிச்சி" என்று சொல்லிவிடுவாள் ரேணு.

"அப்படியா கேட்டாரு"

"ஆமாக்கா"

"நீ சொன்னியா"

"இல்லேக்கா"

"பின்னே அவருக்கு எப்படித் தெரிஞ்சுது?"

"வாசனையாலயே தெரிஞ்சுக்கிட்டு இருக்கும்"

"சரியான கழுகு மூக்கு உன் வீட்டுக்காரருக்கு"

"போக்கா."

"நான் ஆக்குறதே நல்லாருக்குன்னு சொன்னாரா?"

"ஆமாக்கான்னா."

"நீ பொய் சொல்றே."

"சாமி சத்தியமா..."

"உட்டேன்னு சொல்லு– எதுக்கெடுத்தாலும் சத்தியம் பண்றது? சத்தியம் சர்க்கரைப் பொங்கலாப் போச்சு உனக்கு"

"நீதான் நம்ப மாட்டேங்கிறியே"

"நம்பறேன். நெஜம்மா, நல்லாயிருக்குன்னு சொன்னாரா"

"சத்..."

ரேணுவுக்குச் சேவல்கொண்டை மாதிரி செக்கச் சிவந்த நுனி நாக்கு... மேலும் அது சிவக்கும்.

அப்புறம் அவர்கள் நிறையப் பேசுவதற்கும் விஷயம் இருந்தது. மனிதர்களைப்போலவே மனித வாழ்க்கையும் சுவாரஸ்யமாக இருக்கிறது. அக்கா காற்று மாதிரி தோட்டத்துக்குள் புகுந்த காற்று மலர் மணங்களை அள்ளிக்கொண்டு வருவதுபோல, தெருவுக்குள் எல்லா வீட்டுக்கும் அக்கா போவாள். செய்தி கனக்கும் நெஞ்சத்தோடு வீடு திரும்புவாள். எந்த வீட்டுப் பெண்ணும் அவளை வரவேற்பதிலும் பகிர்ந்து கொள்வதிலும் தயக்கம் காட்டவில்லை. அக்காவால் தங்களுக்கு அபாயம் ஒன்றும் இல்லை என்று அவர்கள் அறிவார்கள். தவிரவும், அக்காவால் அவர்களுக்குக் காரியம் ஆக வேண்டியிருந்தது. அக்கா, சுளுக்கு எடுப்பதில் கெட்டிக்காரி. குழந்தைகளுக்கு உரம் விழுந்தாலும் பெரியவர்களுக்கு, சுளுக்கு விழுந்தாலும் அதை எடுக்க அக்காவைத்தான் அணுவார்கள். அந்த வீட்டில் என்ன விசேஷம் நடந்தாலும் ஒண்டி ஒத்தாசைக்கு உதவுபவள் அக்காதான். தங்களை இறக்கி வைக்க, நல்ல சுமை தாங்கி அக்கா என்று அவர்கள் எண்ணம். பிறர் அந்தரங்கங்களைப் புறம்கூறித் திரியும் பழக்கம் அவளிடத்தில் இல்லை. அக்கா தான் சேகரித்த விஷயங்களைக் கொட்டித் தன்னைச் சுத்தமாக்கிக் கொள்ள, ரேணுவைக்கொண்டிருந்தாள். ரேணுவுக்கும் இது சௌகரியமாக இருந்தது. அவள் வம்புகளுக்காக வீடு வீடாகப் போவதில்லை. அக்காளைத் தவிர வேறு பெண்களோடும் அவளுக்குப் பரிச்சயம் ஏற்படவில்லை. வம்புகளை வாங்கி வைத்து பூட்டிக் கொள்வதில் சுகமிருந்தது அவளுக்கு. இருந்த இடத்திலிருந்தே அக்கா மூலம் அவள் பொது அறிவும் வளர்ந்தது.

தெருமுனையில் குடிசை போட்டு இருந்தாள் மரவள்ளிக் கிழங்கு விற்கிற பட்டு. கண் தெரியாத அம்மாக்காரியோடு வாழ்ந்து வருபவள். மணிக்கூண்டுக்குக் கீழே கடை வைத்து வியாபாரம் செய்கிறாள். பக்கத்தில் டைலர் கடை, சேட்டுக் கடை. அங்கே ஒரு பையன் செவ சேவ என்று சைனாக்காரன்

பிரபஞ்சன் | 151

மாதிரி பம்மென்று தலைமுடி வைத்துக்கொண்டு, அழகான பல்வரிசை தெரிய, சிரித்துப் பேசிக்கொண்டிருப்பான். பட்டுவோடும் சிரித்துப் பேசிக்கொண்டிருப்பான். உலகத்தில் நடக்காதது ஒன்றும் நடந்துவிடவில்லை. பட்டுவின் பிள்ளையைக் கலைக்க, அக்காதான் உதவ வேண்டியிருந்தது.

"தப்பு இல்லையாக்கா?" என்றாள் ரேணு, அரிசியை ஆய்ந்தவாறே.

கிழிந்த புடவையைத் தைத்துக்கொண்டே, அக்கா சொன்னாள், "தப்புன்னா தப்புதான். இலேலன்னா இல்லைதான்."

"தப்பு இல்லாமே ஆவுமா..."

"மனுஷங்களுக்குத் தப்புந்தான் கேக்குது. நல்லதும்தான் கேக்குது..."

"அதுக்காக..."

"இந்தப் பாழும் மனசு இருக்கே... அது ஒரு நேரம் இல்லாட்டி ஒரு நேரம், ஐயோ இப்பிடிப் பண்ணிப் போட்டோமேன்னு அடிச்சுக்கும், தப்புப் பண்ணிட்ட பின்னால. ஆனா, கழுதை அதுதானே கேட்டுச்சி..."

ரேணுகாவுக்குச் சம்மதமாகவில்லை.

"என்ன இருந்தாலும் தப்புதாங்க்கா"

"தப்பு இல்லேன்னு சொன்னனா? ஆனா, பகலும் ராவும் மாதிரி நல்லதும் பொல்லதும் சேர்ந்துதான் வாழ்க்கை..."

ரேஷன் அரிசியில் கல் பொறுக்கிக் கை சோர்ந்து போனாள் ரேணு. முதலில் இருந்தே அரிசியை மட்டும் பொறுக்கி இருக்க வேணும்.

"தப்புக்கு நீயே துணை போறயேக்கா..."

"தப்புக்கு நான் மட்டுமா துணை போனேன், அவளை விட்டுட்டு ஓடிப்போனானே, அவ கழுத்தில் தாலிய கட்டினவன். தப்பு அங்கேந்து ஆரம்பிக்குது. சரி தப்பு நடந்து போயிடுச்சு, அது வெளிப்பட்டுப் போச்சு, அதனால் அது தப்பாயிடுச்சு. அதுக்காவ உசுரையேவா உட்டுடச் சொல்றே? தெரியாத்தனமா எதையாவது மிதிச்சுடறோம். அதுக்காவ காலையேவா வெட்டிக்க முடியும்? இனிமே சாக்கறதையா நடந்துக்கணும்னு நெனைச்சுக்கணும்"

அக்கா தைத்து முடித்து, ஊசியைக் காலண்டரில் குத்திவைத்தாள். எழுந்து புடவையை உதறி மடிக்கத் தொடங்கினாள்.

அக்காவின வீட்டுக்காரர் நயினார் உள்ளே வந்தார். கையை மடக்கி, தோளில் இருந்து விரல் நுனி வரை கட்டுப் போட்டிருந்தார் அவர்.

"வாங்க... டாக்டர் இன்னா சொன்னாரு" என்றாள் ரேணு.

"வயசாயிடுச்சு, கை கூட கொஞ்ச நாள் ஆவும்னாரு டாக்டர்" என்றார் அவர்.

ஓடு மாற்ற, கூரை மேல ஏறி, கீழே விழுந்து கையை உடைத்துக்கொண்டிருந்தார் அவர்.

"கொஞ்சமான பாவமா இந்தக் கையாள பண்ணாரு இந்த ஆளு. அதான் கடவுளே பார்த்துக் கையை முறிச்சு வச்சிருக்காரு"

"என்ன பாவ மயித்தடி நீ கண்டே" என்றார். நரை மீசையை இடது கையால் தடவி விட்டுக்கொண்டு கிழவர். முதுமையால் நொறுங்கிப் போன உடம்பில் விரைத்துக்கொண்டிருந்தது அவர் மீசை மட்டும்தான்.

"ரேணு, இந்த ஆளு பாத்தா பாவம், புள்ளைப் பூச்சி மாதிரி இருக்காரேன்னு நினைக்காதே. கொட்டினா தேளு. அக்காவை அதான் என் மூத்தாளைக் குடிச்சுப் போட்டு இவரு அடிச்ச அடி இருக்கே... அப்பா... இதைக் கட்டிக்கிட்டு அடி உதை தின்னே உசுரைவிட்டா அந்த மகராசி. கட்டுக்கழுத்தி பாவம் சும்மா விடுமா? அதான் கையைச் சுத்துது..." என்றாள்.

கிழவர், தான் பாராட்டப்படுகிறாற் போன்ற பாவத்தில் சிரித்துக்கொண்டு நின்றார். மேல் வரிசையில் இரண்டு பல் இல்லை என்பதைக் கவனித்தாள் ரேணு.

"வா... வேளையோட பழையதைத் தின்னுட்டுப் படு. காலை வெயில்லே களைச்சுப் போயி வந்திருப்பே..." என்றவாறு முன்னே போனாள் அக்கா. கிழவர் நாய்க்குட்டியைப்போல பின்னால் ஓடினார். தாத்தாவும் பேத்தியும் போவது மாதிரி இருந்தது.

*

“அக்காவுக்கு வாலிபம் திரும்புது” என்றாள் ரேணு.

பிரஷ்ஷால் பல் துலக்கிக்கொண்டிருந்தாள் ரேணு. பற்பசை நுரை வாய் ஓரங்களில் வழிந்தது. கூந்தலை அள்ளிச் சொருகி இருந்தாள். புடவையைத் தூக்கி இடுப்பில் சொருகி இருந்ததால் முட்டி வரை கால் வெளிப்பட்டிருந்தது. அன்னாந்து வானத்தைப் பார்த்து ஒருவித சத்தத்தோடு பல் தேய்த்துக்கொண்டே, அக்காவுடன் பேசினாள் அவள்.

கீழே தரையில் குத்துக்காலிட்டு உட்கார்ந்துகொண்டு கூந்தலை அவிழ்த்துப் போட்டு, குளித்து விட்டு வந்து தலை ஈரத்தைக் காலை வெயிலில் உலர்த்திக்கொண்டிருந்தாள் அக்கா. புதுசாக உள்பாடி அணிந்திருந்தாள். அதைக் குறிப்பிட்டே ரேணு, அக்காவைக் கேலி செய்தாள்.

“உக்கும்... அக்கரைக்குப் போயிருந்திச்சி இப்ப திரும்பி வந்திடுச்சி. போவியா... சட்டை கிழிஞ்சு போயிருந்திச்சி... உடம்பு தெரிய வேணாம்னு, பாடியை எடுத்துப் போட்டுக்கிட்டேன்” என்றாள். ஆனாலும் அக்காவுக்கு, ரேணு அவ்வாறு கேட்டதில் சந்தோஷம்தான். சின்னப் பெண்ணைப்போல முகத்தைக் கவிழ்த்துகொண்டாள். அழுந்தத் தேய்த்த மஞ்சள் வெயிலில் புதுக்காசு மாதிரி நெற்றிக்குப் பொட்டு வைத்திருந்தாள்.

“இன்னும் நீ சின்னப் பெண்ணாட்டம்தான் இருக்கேக்கா... வயசானா சதை வைக்கும், உனக்குச் சூடு போட்டது மாதிரி இல்லே, சுரீர்னு இருக்கு உடம்பு” என்றாள்.

அக்கா பொய்க் கோபத்துடன், “உனக்குக் கேலி பேச இன்னைக்கு நான் கெடைச்சுட்டேன்” என்றாள். அவள் குரலில் இருந்த குழைவு, இன்னும் இதுபோல் ரேணு பேச மாட்டாளா என்று இருந்தது. முகம் சிவக்க, முகத்தை வேறுபுறமாகத் திருப்பிக்கொண்டு முடிக் கற்றையை உதறினாள். தூசு பறப்பது மாதிரி ஈரம் பறந்தது.

“மெய்யாத்தாங்க்கா சொல்றேன். நமக்கெல்லாம் கொஞ்சம் வயசானா, இரண்டு பக்கத்து இடுப்பலேயும் கட்டு சாத மூட்டை மாதிரி, சதை வச்சுடுது... வயிறு முன்னுக்கு வந்துடுது. உனக்கு புடி அளவுகூட எங்கயும் சதை போடல்லியே... இப்பத்தான் வயதுக்கு வந்து நடுவூட்ல உக்கார வைச்சு, புட்டு சுத்தின பொண்ணு மாதிரி இருக்கே. எனக்கே ஆசை வருதுன்னா பாரேன்...” என்றாள் ரேணு. வாயைக் கொப்பளித்துக்கொண்டே வாய்த் தண்ணீரைப் பளிச் சென்று துப்பினாள்.

முடியை வடம் போட்டுச் சுற்றிச் சொருகியவாறு, அக்கா சொன்னாள். "அது கெடக்கட்டும். ஆமா, உன்னை ஆடி மாசத்துக்காக அழைச்சக்கிட்டு போவ அம்மா வர்றாங்கன்னு சொன்னியே... எப்ப வர்றாங்க..."

"வர புதன்கிழமை வர்றாங்களாம்... எனக்கு அதை நெனைச்சாத்தாங்க்கா கஷ்டமா இருக்கு... அதுக்கு ஓட்டல் சாப்பாடு புடிக்காது. என்ன பண்ணும்னு தெரியல்லே..." என்றாள் ரேணு

"ஏன்... நாங்கல்லாம் இல்லாமயா பூட்டோம். நாங்க பாத்துக்க மாட்டோமா... கவலைய உடு..." என்றாள் அக்கா.

"ஆமாக்கா... அதக் கொஞ்சம் பாத்துக்கோ... அப்பப்போ... ஏதாச்சும் கொழம்பு, ரசம் வச்சுக் குடு. சோறு அதே பொங்கிக்கும். அதை உட்டா சாம்பார் வக்கிறேன்னு புளிக் குழம்பு வைக்கும்."

"இப்பல்லாம் பொண்ணுங்க, புருஷனுக்கு எதை எதையோ கத்துக் குடுக்குதுங்க... சோறு ஆக்க மாத்திரம் கத்துக் குடுக்கிறது இல்லே..." என்றாள் அக்கா.

"போக்கா..." என்ற ரேணு கிளுக்கென்று சிரித்தாள். பிறகு, அதை பாத்துக்கோக்கா... என் மனசு இங்கயே இருக்கும்..." என்றாள்.

"கொஞ்ச நாளைக்குத்தானே, அதுக்குள்ள உம் புருஷன் இளைச்சு ஓடா தேஞ்சுடமாட்டான். பத்திரமா என் முந்தானையிலயே முடிச்சுப் போட்டு வச்சிருந்து நீ வந்ததும் அவுத்துக் கொடுக்கறேன்..."

"போக்கா..."

*

ஆடி மாசத்தை அடுத்து மேலும் சில நாட்கள் கழித்துத்தான் ரேணு புருஷன் வீடு திரும்பினாள். நல்ல நாள் கிடைக்கவில்லை. ஓர் அந்திப் பொழுதில் அண்ணனோடு வந்து சேர்ந்தாள், ரேணு அம்மா வீட்டில் எடுத்துக் கொடுத்த சரிகை இழையோடிய புதுப் புடவையோடும், தலையில் அம்பாரமாய்ப் பூவுமாக.

ரேணுவின் புருஷன் வீட்டுக்கு வந்து, குளித்துவிட்டுகூடத்தில் ஏதோ ஒரு பழைய பத்திரிகையைப் புரட்டிக்கொண்டிருந்தான். ரேணு, கொண்டு வந்த பண்டம், பாத்திரங்களோடு உள்ளே போய் விட்டாள்.

மாமனும், மைத்துனனும் பேசிக்கொண்டிருந்தார்கள். பேச்சுச் சப்தம் கேட்டு, அக்கா வந்து சேர்ந்தாள்.

"வந்துட்டியா எங்கண்ணு" என்றாள் அக்கா.

அடே! அக்காதான் எவ்வளவு மாறிப் போய் இருந்தாள், சின்னப் பெண் போல் சிக்கென்று. கண்ணில் மைகூட என்ன இங்கிதமாய்ப் பூசிக்கொண்டிருக்கிறாள்! தலையை ஒழுங்காக, சிரத்தையாக வாரி விட்டிருந்தாள்.

"வாக்கா, என் கண்ணிலயே இருந்தே நீ... நல்லா இருக்கியா"

"எனக்கென்ன– நீ சொல்லு – போனியே, நீ பாட்டுக்கு அங்கியே தங்கிட்டே – இங்க நாங்க எவ்வளவோ தவிச்சுப் பூட்டோம் தெரியுமா...?"

அக்கா இதைச் சொல்லும்போது அவள் கண்ணில் நீர் கோத்துக்கொண்டது.

ரேணு அக்காவின் கையைப் பிடித்துக்கொண்டாள்.

"நான் போகணும், போகணும்னுதான்கா சொல்லிக்கிட்டு இருந்தேன். நாளும் கிழமையும் சரியா இல்லேன்னட்டு, இப்பத்தான் அனுப்பி வைச்சாங்க..." என்றாள்.

"காபி போட்டுக்கொண்டாரட்டுமா..." என்று அக்கா கேட்டாள்.

"இனிமே என்னத்துக்குக் காபி? வரும்போது அண்ணன் வாங்கிக் கொடுத்துச்சி. சாப்பிடற நேரம் பொங்கிக்கிடலாம்னு நெனைக்கிறேன்..."

அக்கா இருப்பாள் என்று ரேணு எதிர்பார்த்தாள். ஆனால் என்னவோ அவள் சீக்கிரம் கிளம்பி விட்டாள். "வேலை இருக்கு." என்று கூறிவிட்டுப் போய்விட்டாள். அண்ணனும் சொல்லிக்கொண்டு கிளம்பி விட்டான். ஊரில் இருந்து கொண்டு வந்திருந்த நெத்திலிப் பொடியும், பாகற்காயும் போட்டு, அவனுக்குப் பிடித்தமாக ஆக்கி வைத்தாள். சமையல் வேலை எல்லாம் முடித்து, கூடத்துக்கு வரும்போது, நிலா பாய்விரித்த மாதிரி வெளிச்சமிட்டிருந்தது. ஜன்னல் வழியாக வழிந்த விளக்கு வெளிச்சத்தில் இன்னும் பத்திரிகையையே படித்துக்கொண்டிருந்தான் அவள் புருஷன்.

"வாங்க சாப்பிடலாம்" என்றாள்.

உடன், கையில் இருந்ததை மூடி வைத்து விட்டு உள்ளே வந்து தட்டில் உட்கார்ந்தான் அவன். ரேணு ஊருக்குச் சென்ற நாளில் இருந்து அவர்கள் தனியாக இருப்பது இதுவே முதல் முறை என்று அவளுக்குத் தோன்றியது.

அதுவே, அவள் நடு முதுகைச் சிலிர்க்கச் செய்தது. சோற்றைப் போட்டுக் குழம்பையும் ஊற்றினாள். குனிந்து பிசைந்து அவன் உண்டான்.

அவள், அன்பு மிகுதியான வேளைகளில் அவன் செய்யும் குறும்புகளைச் சேஷ்டைகளைத் தன் நினைவுக்குக்கொண்டு வந்தாள்.

"நீயும் தட்டைப் போட்டுக்கொண்டு உட்கார்" என்பான். இப்போதும் சொல்வான் என்று எதிர்பார்த்தாள். இத்தனை நாள் பிரிவு, கிட்டத்தட்ட நாற்பத்தைந்து நாள் பிரிவு, அவனை நெகிழ்த்தி இருக்க வேண்டுமே. இல்லை அவன் சோறே குறியாகச் சாப்பிட்டுக்கொண்டிருந்தான். சோறு போடும் கையைப் பிடித்துக் கொள்வான். சமயங்களில் ஊட்டி விடுவான்.

எந்த சலனமும் இன்றி, ஓட்டலில் சாப்பிட வந்தவன் சாப்பிடுவது மாதிரி, அவன் சாப்பிட்டுக்கொண்டிருந்தான். "சாப்பிடும்போது என்ன யோசனை..." என்றாள் அவள்.

"ஒண்ணுமில்லே..." என்றான் அவன். அசுவாரஸ்யமாக புருஷனின் கிட்டத்து இருப்பு அவளைக் கிளர்த்தியது. அவன் மட்டும் கிளர்ச்சி அடையாதது ஏன் என்று அவளுக்கு விளங்க வில்லை.

சாப்பிட்டவன் மீண்டும் வந்து நாற்காலியில் உட்கார்ந்து கொண்டு மீண்டும் படிக்க ஆரம்பித்தான். ரேணுவுக்குச் சாப்பாடு இறங்கவில்லை. மீந்துவிடக்கூடாதே என்று கட்டாயமாகச் சாப்பிட்டாள். உண்ட இடத்தை ஒழித்துப் போட்டுவிட்டு வெளியே வந்தவள், அவனைப் பார்த்து, "என்னங்க, பரிட்சைக்குப் படிக்கிறீங்களா..." என்று கேட்டாள். பதிலை எதிர்பார்க்காமல், உள்ளே வந்து படுத்துக்கொண்டாள். கொஞ்ச நேரத்துக்குப் பிறகுதான் அவன் எழுந்து உள்ளே போனான். படுத்தான்.

சுவர்ப்பக்கம் திரும்பிப் படுத்துக்கொண்டிருந்த ரேணுவைத் தன் பக்கத்துக்கு திருப்பினான். முதலில் வீம்பாக இருந்தவள், அப்புறம்தான் திரும்பினாள்.

"அழுதியா…" என்று கேட்டான்.

அவள் கன்னத்தையும், கண்களையும் துடைத்தான்.

"என்ன குழந்தை மாதிரி." என்றான் சிணுங்கிக்கொண்டே. ரேணு அவனிடம் ஒட்டிக்கொண்டாள்.

அவன் மார்பைத் தடவியவாறு "நீங்க ரொம்ப இளைச்சுட்டீங்க" என்றாள்.

காற்று பலமாக அடித்துத் தெருக் கதவைக் குலுக்கிச் சத்தம் போட வைத்தது.

"கதவை சாத்துனீங்களா" என்றாள் ரேணு.

"ஊம்…"

"உள்ளியும் மேலயும் இம்மாந் துணி போட்டு, ஏன் புழுங்கிப் போறீங்க… பாரு… வேர்த்து வடியுது…" என்றான் அவன்.

"சீய்…" என்றாள் அவள்.

ரேணு மீண்டும் நினைத்துக் கொள்ள வேண்டியிருந்தது. ஆர்வமில்லாமல் சாப்பிடுகிற அவன், அத்தனை நாள் பிரிவிலும் கொஞ்சமும் கிளர்ச்சி ஊட்டப்பெறாத அவன், தட்டையே பார்த்துக்கொண்டு கொஞ்சமும் பசியில்லாமல், கட்டாயத்துக்காச் சாப்பிடுகிறவனாக அவன்…

*

சைக்கிளைத் தள்ளிக் கொண்டு படி இறங்கப் போனான் அவன். அப்போது அவள் சொன்னாள்.

"வேற வீடு பாருங்க…"

திடுக்கிட்ட அவன், "ஏன்" என்றான்.

"எனக்குப் பிடிக்கல்லே"

டைனமாவைப் பார்த்தவாறு அவன் கேட்டான்.

"திடீர்னு சொன்னா?… முதல்லை பிடிச்சிருக்குன்னு சொன்னியே…"

"அப்பப் பிடிச்சுது இப்பப் பிடிக்கல்லே…"

அவன் போய் விட்டான்.

அக்கா உள்ளே வந்தாள்.

"அவரு போயிட்டாரா…" என்றாள் அக்கா.

"உன் எதிருக்கதானே போனாரு..." என்றாள் ரேணு.

அக்கா ரேணுவைக் கூர்ந்து பார்த்தாள்.

"குளிச்சுட்டு வந்துடறேன்... கடைக்குப்போலாமா..."

"எனக்கு நாழி ஆகும்கா... நீ போயேன்."

"நீ வரல்லியா..."

"ஒழிஞ்சபோது போறேன்... இன்னுமா எனக்கு வழி தெரியாதுன்னு நெனைக்கறே..."

"சரி... நான் வரேன்..." என்று சொல்லிய அக்கா, தலையைக் கவிழ்ந்துக்கொண்டே போனாள். ரேணு அக்காவைப் பார்த்தாள்.

ஆத்திரமாக இருந்தது. ஒரு நிமிஷம்தான். அப்புறம் பாவமாகவும் இருந்தது.

1985